AF595644

INSIGHT PUBLICA

Nadakkavu, Kozhikode, Kerala 673011
Tel:0495-4020666
www. insightpublica.com
e-mail: insightpublica@gmail.com
African Bhoogandathil ninnu
Panthrand Nadodikadhakal
(Malayalam)
PKN Panicker
First Edition: May 2019

ISBN 978-93-87398-97-9
Printed and Published by
Insightinpublica Printers & Publishers Pvt. Ltd.

ആഫ്രിക്കൻ ഭൂഖണ്ഡത്തിൽ നിന്ന് പന്ത്രണ്ട് നാടോടിക്കഥകൾ

പുനരാവർത്തനം:

പി. കെ. എൻ. പണിക്കർ

1935-ൽ കവിയൂരിൽ ജനനം. കവിയൂർ എൻ.എസ്.എസ് ഹൈസ്കൂൾ, ചങ്ങനാശ്ശേരി എൻ.എസ്.എസ് കോളേജ്, ബനാറസ് ഹിന്ദു യൂണിവേഴ്സിറ്റി (കെമിക്കൽ എൻജിനീയറിംഗ്) എന്നിവിടങ്ങളിൽ വിദ്യാഭ്യാസം. ഇന്ത്യൻ ഇൻസ്റ്റിറ്റ്യൂട്ട് ഓഫ് കെമിക്കൽ എൻജിനീയേഴ്സിന്റെ പ്രസിഡന്റായിരുന്നു. മദിരാശി കേരള സമാജത്തിന്റെയും കെമിക്കൽ ഇൻഡസ്ട്രീസ് അസോസിയേഷന്റെയും. മദിരാശി കേരള വിദ്യാലയത്തിന്റെ കറസ്പോണ്ടന്റും.

കൃതികൾ-ഇംഗ്ലീഷ്: Our Earth, Our Environment, Swami Vivekananda, Random Reflections (poems), Insight (poems), Ultimate Triumph (poems) without Borders (poems), Selected poems of A.Ayyappan, Selected poems of vailoppilli Sreedhara Menon, Selected Poems of Akkitham, Selected Poems of 'P' and Selected Poems & Vishnu Narayanan Namboodiri (All English Translations)

കൃതികൾ-മലയാളം: ആൽക്കഹോൾ, ലോഹങ്ങളുടെ ലോകം, പല മുഖങ്ങൾ (ഏകാങ്കങ്ങൾ), സ്വപ്നങ്ങൾ (കവിത), അതിരുകൾക്കപ്പുറം (കവിത), ആഫ്രിക്കൻ നാടോടിക്കഥകൾ, ഏഷ്യൻ ആഫ്രിക്കൻ നാടോടിക്കഥകൾ, അമേരിക്കൻ നാടോടിക്കഥകൾ, കൊറിയൻ നാടോടിക്കഥകൾ, ആഫ്രിക്കൻ ഏഷ്യൻ നാടോടിക്കഥകൾ, അമേരിക്കൻ ഭൂഖണ്ഡത്തിൽ നിന്ന് 16 നാടോടിക്കഥകൾ, ഏഷ്യൻ നാടോടിക്കഥകൾ, ജപ്പാനീസ് നാടോടിക്കഥകൾ, ചൈനീസ് നാടോടിക്കഥകൾ.

E-mail : pknpanicker@gmail.com

പി.കെ.എൻ പണിക്കർ

ആമുഖം

നാടോടിക്കഥകൾ അതാത് നാടിന്റെയും നാട്ടുകാരുടേയും പ്രത്യേകതകൾ ഉൾക്കൊള്ളുന്നവയാണ്. അതാത് നാട്ടുകാരുടെ ജീവിതരീതികളും ജീവിത വീക്ഷണവും പ്രതിഫലിപ്പിക്കുന്ന അത്തരം കഥകൾ ശേഖരിച്ച് മറ്റ് ഭാഷകളിലേക്ക് വിവർത്തനം ചെയ്ത് പ്രസിദ്ധപ്പെടുത്തുന്നത്, വിഭിന്നങ്ങളായ സംസ്കാരങ്ങളുടെ പരസ്പര പൂരണത്തിനും വളർച്ചക്കും പ്രയോജനപ്പെടുന്നു. ഈ വിധത്തിൽ മറ്റെല്ലാ ഭാഷകളിൽ നിന്നും ശേഖരിച്ച കഥകൾ ധാരാളം ഉള്ളത് ഇംഗ്ലീഷ് ഭാഷയിലാണ്. ഈ പുസ്തകത്തിൽ ഉൾപ്പെടുത്തിയിട്ടുള്ള കഥകൾ ഇംഗ്ലീഷിൽ വന്നിട്ടുള്ള പ്രസിദ്ധീകരണങ്ങളിൽ നിന്ന് പുനരാഖ്യാനം ചെയ്തവയാണ്. എല്ലാം ആഫ്രിക്കൻ ഭൂഖണ്ഡത്തിന്റെ വിവിധ പ്രദേശങ്ങളിൽ പ്രചാരത്തിലുള്ള കഥകളാണ്. നമ്മുടെ കുട്ടികൾക്കും മറ്റ് വായനക്കാർക്കും കൂടുതൽ ആസ്വാദ്യവും സ്വീകാര്യവും ആക്കുക എന്ന ഉദ്ദേശ്യത്തോടെ മൂലകഥകളിൽ ചില ചെറിയ വ്യത്യാസങ്ങൾ അങ്ങിങ്ങായി ചെയ്തിട്ടുണ്ട്.

ഇതിനുമുൻപ് ഇതേരീതിയിൽ വിവിധ പ്രസാധകരിൽ കൂടി, ഒൻപത് പുസ്തകങ്ങളിലായി നൂറ് കഥകൾ പ്രസിദ്ധീകരിച്ചു കഴിഞ്ഞു. പുസ്തകങ്ങൾക്ക് വായനക്കാരിൽ നിന്നും കിട്ടിയ സ്വീകരണം ഹൃദ്യമായിരുന്നു എന്ന് വിനയപൂർവ്വം അനുസ്മരിക്കുന്നു.

തർജ്ജമ ചെയ്ത കഥകൾ അപ്പപ്പോൾ വായിച്ച് കേൾക്കുകയും, നമ്മുടെ കുട്ടികളുടെ സാംസ്കാരിക പശ്ചാത്തലത്തിന് യോജിക്കുന്ന രീതിയിൽ ചില പാഠഭേദങ്ങൾ നിർദ്ദേശിച്ച് അഭിപ്രായങ്ങൾ നൽകുകയും ചെയ്ത സ്നേഹിതയും, സഹപ്രവർത്തകയും ഭാര്യയുമായ ലീലാ നരേന്ദ്രനോടുള്ള എന്റെ കടപ്പാട് രേഖപ്പെടുത്തുന്നു.

ഈ സമാഹാരം ഇത്രയും നല്ല രീതിയിൽ പ്രസിദ്ധീകരിക്കാൻ മുന്നോട്ടു വന്ന ഇൻസൈറ്റ് പബ്ലിക്കയോടുള്ള എന്റെ കടപ്പാടും രേഖപ്പെടുത്തുന്നു. കൂടാതെ, ഈ സമാഹാരം മുൻപ്

പ്രസിദ്ധീകരിക്കപ്പെട്ടവയേപോലെ സ്വീകരിക്കപ്പെട്ടും എന്ന് ആഗ്രഹിക്കുന്നു. ഇത് മലയാളഭാഷക്ക് ഒരു മുതൽക്കൂട്ടായി അംഗീകരിക്കപ്പെട്ടും എന്ന് വിശ്വസിക്കുന്നു. ആ വിശ്വാസത്തോടെ കൂടുതൽ നാടോടിക്കഥകൾ, ലോകത്തിന്റെ വിവിധ പ്രദേശങ്ങളിലും ഭാഷകളിലും പ്രചാരത്തിലുള്ള കഥകൾ മലയാളത്തിലേക്ക് പുനരാഖ്യാനം ചെയ്ത് പ്രസിദ്ധീകരിക്കാനുള്ള എന്റെ ശ്രമം തുടർന്നുകൊണ്ടേയിരിക്കും.

ഗ്രന്ഥകാരൻ

ഉള്ളടക്കം

ആഫ്രിക്ക

അഫ്രിക്ക ഒരു വലിയ ഭൂഖണ്ഡമാണെന്നും സഹാറ മരുഭൂമി ആഫ്രിക്കയിലാണെന്നും ഭൂമിശാസ്ത്രം പഠിക്കുന്ന എല്ലാ വിദ്യാർത്ഥികൾക്കും അറിയും. മരുഭൂമികൾക്കൊപ്പം അവിടെ വൃക്ഷങ്ങളും ചെടികളും കൊണ്ട് സമൃദ്ധങ്ങളായ വൻകാടുകളും, കൂറ്റൻ നദികളും, ആന, സിംഹം, പുലി, പലവിധ ആൾക്കുരങ്ങുകൾ മുതലായ ധാരാളം വന്യമൃഗങ്ങളും, പക്ഷികളും ഉണ്ട്. വിസ്തൃതിയിൽ രണ്ടാമതാണ് ആഫ്രിക്ക. ആദ്യത്തെ സ്ഥാനം ഏഷ്യക്കാണ്. തെക്കു വടക്ക് 8050 കി.മീറ്ററും കിഴക്കുപടിഞ്ഞാറ് (വീതികൂടിയ ഭാഗങ്ങളിൽ) 7400 കി മീറ്ററും ഉള്ള ഈ ഭൂഖണ്ഡത്തിന്റെ മൊത്തം വിസ്തൃതി 30,319,000 ച.കിലോ മീറ്ററാണ്. ജനസംഖ്യ 50 കോടിക്കുമേൽ. വിവിധ സംസ്കാരങ്ങളും, ജീവിത ശൈലികളും മതാനുഷ്ഠാനങ്ങളും ഉൾക്കൊള്ളുന്ന ആഫ്രിക്ക വൈവിധ്യങ്ങളുടെ ഒരു പൂങ്കാവാണ്. ആഫ്രിക്കയിലെ 60-ഓളം രാഷ്ട്രങ്ങളിൽ എടുത്തു പറയേണ്ടവ, ഈജിപ്ത്, എത്യോപിയ, സുഡാൻ, ലിബിയ, ടുണീഷ്യ മുതലായ പൗരാണിക സംസ്കാരങ്ങൾ വളർത്തിപ്പോറ്റിയ നാടുകളും ഒരു കാലത്ത് യൂറോപ്പിൽ നിന്നും, അമേരിക്കയിൽ നിന്നും വന്നെത്തിയ കച്ചവടസംഘങ്ങൾക്ക് വേണ്ടത്ര സ്വർണ്ണവും ചെമ്പും, വനവിഭവങ്ങളും ഒപ്പം അടിമകളേയും നൽകിയ നാടുകളായ കെനിയ, ദക്ഷിണാഫ്രിക്ക, കോംഗോ, ഉഗാണ്ട മുതലായവയും ആണ്. പ്രകൃതി വിഭവങ്ങൾക്കൊപ്പം മനുഷ്യരും ഏറ്റവും കൂടുതൽ ചൂഷണം ചെയ്യപ്പെട്ട നാടുകളാണ് അഫ്രിക്കൻ രാഷ്ട്രങ്ങൾ എന്ന് പറഞ്ഞാൽ അതിശയോക്തിയാവില്ല. ഭൂമിശാസ്ത്രപരവും ശീതോഷ്ണപരവുമായ പ്രത്യേകതകൾ കാരണം ആഫ്രിക്കൻ ജനതയുടെ നിറം മറ്റ് ഭൂവിഭാഗങ്ങളിൽ ഉള്ളവരുടേതിനേക്കാൾ കറുത്തതാണ്. ഒരുപക്ഷേ ഇതുകൊണ്ടാകണം ആഫ്രിക്കൻ ഭൂഖണ്ഡത്തെ മൊത്തമായി കറുത്ത ഭൂഖണ്ഡം (the black continent) എന്ന് വിശേഷിപ്പിക്കുന്നത്. മനുഷ്യന്റെ സാംസ്കാരിക

വളർച്ച കൂടുതലായി അടിച്ചമർത്തപ്പെട്ട നാട് എന്നും നമുക്ക് വ്യാഖ്യാനിക്കാം.

ദുഃഖങ്ങൾക്കും, കഷ്ടപ്പാടുകൾക്കും, അസഹനീയമായ ചൂഷണത്തിനും നടുവിൽ എല്ലാം മറന്നുകൊണ്ട്, ആടിപ്പാടി, ഉറക്കെചിരിച്ച് ജീവിക്കുന്ന ആഫ്രിക്കൻ ജനതക്ക് ആസ്വദിക്കാനുള്ളതാണ് ജീവിതം.

ഈ സമാഹാരത്തിൽ ചേർത്തിട്ടുള്ള കഥകളിൽ പലതിലും മനുഷ്യനും, സസ്യങ്ങളും, ചെടികളും, മൃഗങ്ങളും, പക്ഷികളുമെല്ലാം ചേർന്ന ഒരു കൂട്ടുകുടുംബം നമുക്ക് കാണാൻ കഴിയും. ഫ്രഞ്ച് വടക്കൻ ആഫ്രിക്ക: (French North Africa) എന്ന പേരിൽ അറിയപ്പെട്ടിരുന്നത് ഫ്രഞ്ച് അധിനിവേശ (Colonies) പ്രദേശങ്ങളായിരുന്ന അൽജീരിയ (Algeria), മൊറോക്കോ (Morocco), ടുണീഷ്യ (Tunisia) എന്ന നാടുകൾ ഉൾക്കൊള്ളുന്ന ഭൂപ്രദേശത്തെയാണ്. ഇന്ന് ഇവയെല്ലാം സ്വതന്ത്ര്യ രാഷ്ട്രങ്ങളാണ്. ഈ സ്ഥലത്തെ ജനസംഖ്യയിൽ ഭൂരിഭാഗവും അറബി, ബെർബർ (Arab And Berber) എന്ന പേരുകളിൽ അറിയപ്പെട്ടിരുന്ന മുസ്ലീം മതവിശ്വാസികളായിരുന്നു. ഇന്നും അങ്ങിനെ തന്നെ.

അൽജീരിയ:

ജനസംഖ്യാ അടിസ്ഥാനത്തിൽ ലോകത്തിലെ 34-ാംമത്തെ സ്ഥാനത്തിന് അർഹതയുള്ള ഈ രാഷ്ട്രത്തിന്റെ ജനത്തുക ഏതാണ്ട് 370 ലക്ഷത്തിനടുത്താണ്. നീണ്ട സാംസ്കാരിക പാരമ്പര്യമുള്ള ഈ രാഷ്ട്രം വിവിധ പശ്ചാത്തലങ്ങളിലുള്ള ഭരണസംവിധാനങ്ങൾക്ക് വിധേയമായിട്ടുണ്ട്. ഉദാഹരണത്തിന് അറ്റേറിയൻ (Aterian), കാപ്സിയൻ (Capsian), റോമൻ (Roman), ബിസാന്റൈൻ (Byzantines) ബെർബർ (Berber). ഓട്ടോമാൻ (ottoman) മുതലായവ. 23,80,000 ചതുരശ്ര കി.മീറ്ററിനടുത്ത് വിസ്താരമുള്ള അൽജീരിയ ആഫ്രിക്കയിലെ ഏറ്റവും വിസ്തൃതികൂടിയ രാഷ്ട്രവും, ലോകത്തിലെ പത്താമത്തേതും ആണ്. വടക്ക് ടുനീഷ്യയും കിഴക്ക് ലിബിയയും (Libya) പടിഞ്ഞാറ് മൊറോക്കോയും തെക്കുപടിഞ്ഞാറ് പശ്ചിമ സഹാറ (western Sahara), മൊറിറ്റാനിയ (Mauritania), മാലി (Mali)യും, കിഴക്കുപടിഞ്ഞാറ് നിഗർ (Niger)ഉം വടക്ക് മെഡിറ്ററേനിയൻ സമുദ്രവും (Mesiteranean sea) അൽജീരിയക്ക് ചുറ്റും കിടക്കുന്നു.

സമുദ്രതീരപ്രദേശങ്ങളിൽ ധാരാളം മഴ (വർഷത്തിൽ ശരാശരി 40 മുതൽ 60 വരെ സെ.മീറ്റർ) കിട്ടുമെങ്കിലും സലാ (Selah) പോലെയുള്ള സ്ഥലങ്ങളിൽ വേനൽക്കാലത്ത് 50^0C വരെ ചൂടും അനുഭവപ്പെടും. പരുത്തി (cotton), ബാർലി (Barley), ഓട്സ് (Oats), അത്തിപ്പഴം

(Fig) ഈന്തപ്പഴം (Dates) മുതലായവയാണ് പ്രധാന കാർഷിക വിഭവങ്ങൾ. എടുത്തുപറയണ്ട മറ്റൊന്ന് കോർക്ക് (Cork) ആണ്. ധാരാളമായി കാണാറുള്ള വന്യമൃഗങ്ങൾ കാട്ടുപന്നി (Boar), കുറുനരി (Jackal) , പ്രത്യേകതരം ഗസർമാൻ (Gazelle), എന്നിവയാണ്. പുള്ളിപ്പുലി (Leopard), ചിരുതപ്പുലി (Cheetah) മുതലായവയെ വിരളമായിമാത്രമേ കാണാറുള്ളൂ. ബെർബർ സിംഹം (Berber lion) പോലെ ചിലതെല്ലാം വംശനാശം സംഭവിച്ച മൃഗങ്ങളുടെ കൂട്ടത്തിൽ പെടും. മരു പ്രദേശങ്ങളിൽ ഒട്ടകങ്ങൾ ധാരാളമായി ഉപയോഗത്തിലുണ്ട്.

1958 വരെ നീണ്ടുനിന്ന സ്വാതന്ത്ര്യ സമരത്തിന് ശേഷം, 1962ൽ ഫ്രഞ്ച് ആധിപത്യത്തിൽ നിന്ന് സ്വതന്ത്രമായ അൽജീരിയ്ക്ക് 10,000 വർഷങ്ങൾക്കുമുമ്പ് തുടങ്ങിയ സാംസ്കാരിക ചരിത്രം ഉണ്ട്. Tassili യിലെ National Park-ൽ ആ പാരമ്പര്യത്തിന്റെ ചരിത്രം അനാവരണം ചെയ്യുന്ന പുരാവസ്തുക്കൾ പ്രദർശിപ്പിക്കപ്പെട്ടിരിക്കുന്നു. പ്രധാന ഭാഷകൾ അൽജീരിയൻ അറബിക്ക് (73%) ബെർബർ (27%) എന്നിവയാണ്. കൂടാതെ ഫ്രഞ്ചും പരക്കെ ഉപയോഗിക്കുന്നു.

ലോകത്തിലെ കൂടിയ പെട്രോളിയം നിക്ഷേപങ്ങൾ ഉള്ള നാട്ടുകളിൽ അൽജീരിയ്ക്കു 14-ാമത്തെ സ്ഥാനമാണ്. സ്ഥിരീകരിക്കപ്പെട്ട 11.8 ബില്യൻ വീപ്പ പെട്രോളിയവും 4.5x1012 ക്യൂബിക്ക് മീറ്റർ പ്രകൃതി വാതകവും (Natural Gas) അൽജീരിയ്ക്ക് സ്വന്തമാണ്. അൽജീരിയയുടെ വാർഷിക വരുമാനത്തിന്റെ നല്ലൊരു വിഹിതം പെട്രോളിയം ഉല്പന്നങ്ങളുടെ കയറ്റമതിയിൽ നിന്നും ലഭ്യമാകുന്നു. ജനസംഖ്യയുടെ 99% ഇസ്ലാം മത വിശ്വാസികളാണ്. എങ്കിലും ഇവിടെ സ്ത്രീകൾ നിയമപരമായി മുൻപന്തിയിൽ നിൽക്കുന്നു. സ്ത്രീകൾക്ക് വോട്ടവകാശവും രാഷ്ട്രീയ പങ്കാളിത്തവും ഉറപ്പു നൽകുന്ന ഒരു ഭരണഘടനയാണ് നിലവിലുള്ളത്. വിവാഹപ്രായം സ്ത്രീയ്ക്ക് 18 ഉം പുരുഷന് 21 ഉം ആയി നിശ്ചയിച്ചിരിക്കുന്നു. ഏതാണ്ട് 10 ശതമാനം അഭിഭാഷകരും 60 ശതമാനം ന്യായാധിപരും സ്ത്രീകളാണ് എന്നുപറഞ്ഞാൽ അതിശയം തോന്നും. അല്ലേ? ഇവിടെ ധാരാളം സ്ത്രീകൾ ടാക്സി ഓട്ടുന്നവരായും ബസ്സ് ഓട്ടുന്നവരായും ഉണ്ടെന്നത് മറ്റൊരു സത്യം. അൽജീരിയയുടെ തലസ്ഥാനം അൽജിയേസ് (Algiers) നഗരമാണ്.

മൊറോക്കൊ:

446, 550 ചതരശ്ര കി. മീറ്റർ വിസ്തൃതിയുള്ള മൊറോക്കൊയുടെ ജനസംഖ്യം 320 ലക്ഷത്തിനടുത്താണ്. അൽജീരിയക്ക് പടിഞ്ഞാറായി വടക്കൻ അറ്റ്ലാന്റിക്ക് സമുദ്രത്തേ (North Atlantic Ocean)

തൊട്ടുരുമ്മി കിടക്കുന്ന മൊറോക്കൊയുടെ തെക്ക് പടിഞ്ഞാറൻ സഹാറ (Western Sahara) സ്ഥിതി ചെയ്യുന്നു. ഈ ഭൂപ്രദേശം ഏതാണ്ട് മുഴുവനും മൊറോക്കൊയുടെ അധീനത്തിലാണ്. പ്രസിദ്ധികേട്ട അറ്റ്ലസ് പർവ്വതനിര (Atlas Mountains) ഇവിടെയാണുള്ളത്. ജനസംഖ്യ കൂടുതലുള്ള നഗരം കാസാബ്ലാങ്കാ (Casablanca) ആണെങ്കിലും മൊറോക്കൊയുടെ തലസ്ഥാന നഗരം റബാത് (Rabat) ആണ്.

1956-ൽ ഫ്രഞ്ച് ആധിപത്യത്തിൽ നിന്ന് സ്വതന്ത്രമായ ഇവിടുത്തെ ഭരണം, ബ്രിട്ടനിലുള്ളതുപോലെ, ഭരണഘടനാവിധേയമായ രാജവാഴ്ചയാണെന്ന് പറയാം. 99 ശതമാനം ജനങ്ങളും സുന്നി മുസ്ലീം മതവിശ്വാസികളാണ്. വളരെയേറെ ദരിദ്രമാണ് മൊറോക്കൊ എന്ന് പറഞ്ഞാൽ തെറ്റാവില്ല. സാമ്പത്തികമായും സാമൂഹികമായും മൊറോക്കൊ വളരെ പിന്നിലാണ്. ഏതാണ്ട് 50 ശതമാനം ആളുകളും വിദ്യാഭ്യാസം ഇല്ലാത്തവരാണ്. എഴുതാനും വായിക്കാനും അറിയാത്ത നിരക്ഷരർ. അതുപോലെ തന്നെ വളരെ മോശമായ ആരോഗ്യ സംരക്ഷണ സൗകര്യങ്ങളാണ് ഇന്നും അവിടെയുള്ളത്. പ്രധാന ഭാഷകൾ അറബിക്, ബെർബർ എന്നിവയാണ്. കൂടാതെ ഫ്രഞ്ചും.

പ്രധാന കാർഷിക വിഭവങ്ങൾ ബാർലി, ഗോതമ്പ്, ഒലിവ് (Olive), മുന്തിരി മുതലായവയാണ്. പെട്രോളിയമോ മറ്റ് ഊർജ്ജസ്രോതസ്സുകളോ വളരെ കുറവായതിനാൽ മൊറോക്കോ സൗരഊർജ്ജം വൻതോതിൽ ഉപയോഗിക്കാൻ പദ്ധതികൾ ആവിഷ്കരിക്കുന്നതിൽ ശ്രദ്ധ ചെലുത്താൻ തുടങ്ങിയിട്ടുണ്ട്. ഒരുപക്ഷേ മൊറോക്കൊയുടെ അധീനതയിലുള്ള പശ്ചിമസഹാറ പ്രദേശം ഈ ലക്ഷ്യത്തിൽ സഹായകമായേക്കും. ഇവിടെയുണ്ടായിരുന്ന വന്യമൃഗങ്ങളിൽ പലതും വംശനാശം സംഭവിച്ചവയുടെ കൂട്ടത്തിൽ പെടും. ഉദാഹരണത്തിന് ബർബറി സിംഹം. ഈ ഇനത്തിൽപെട്ട അവസാനത്തെ അംഗം 1922-ൽ മൊറോക്കൊയിൽ വെടിവെയ്ക്കപ്പെട്ടു എന്ന് നമുക്ക് ഓർമിക്കാം.

ഫോസ്ഫറസ് (Phosphorus) ലോഹധാതുക്കൾ ധാരാളമായി ഇവിടെ ലഭിക്കുന്നു. ഇത് ലോകത്തിന്റെ പലഭാഗങ്ങളിലേക്കും കയറ്റിയയ്ക്കുന്നു.

സാമൂഹികമായും, വിദ്യാഭ്യാസപരമായും പിന്നിലാണെന്നിരുന്നാലും ഇവിടെ സ്ത്രീകൾക്ക് സ്വാതന്ത്ര്യം ഉറപ്പുവരുത്തുന്ന ഒരു ഭരണഘടനയാണ് ഉള്ളതെന്ന് എടുത്ത് പറയേണ്ടിയിരിക്കുന്നു. 2011 ലെ ഭരണഘടനാ ഭേദഗതികൾ, സ്ത്രീകൾക്ക് മുൻപ് ഉണ്ടായിരുന്നതിനേക്കാൾ

കൂടുതലായി പുരുഷന് തുല്യമായ രാഷ്ട്രീയ, സാമൂഹിക അവകാശങ്ങളും സ്വാതന്ത്ര്യവും അനുവദിക്കുന്നു.

ടുണീഷ്യ:

165,000 ചതുശ്ര കി. മീറ്റർ വിസ്തൃതിയുള്ള ടുണീഷ്യയുടെ ജനസംഖ്യ 107 ലക്ഷത്തിനടുത്താണ്. തലസ്ഥാന നഗരം ടുണീസ് (Tunis) പടിഞ്ഞാറ് അൽജീരിയ, തെക്കുകിഴക്ക് ലിബിയ, തെക്ക് സഹാറ മരുഭൂമിയുടെ തുടർപ്രദേശങ്ങൾ, വടക്കും കിഴക്കും മെഡിറ്ററേനിയൻ സമുദ്രം എന്നിവയാണ് ടുണീഷ്യയുടെ ചുറ്റും. ഏതാണ്ട് 7000 വർഷങ്ങൾക്ക് മുമ്പുതന്നെ (അതായത് 5000 ബി.സി.യിൽ) ഇവിടെ കുടിയേറിപാർത്ത ബെർബർ വംശജർ കൃഷിയിൽ ഇടപെട്ടിരുന്നു. ചരിത്ര പ്രസിദ്ധമായ, ഒരു കാലത്ത് റോമിന്റെ 'റൊട്ടിക്കൂട' (Bread Basket) എന്നറിയപ്പെട്ടിരുന്ന കാർത്തേജ് (Carthage) നഗരം 3000 വർഷങ്ങളോളം പഴക്കമുള്ളതാണ്. അറ്റ്ലസ് പർവ്വതങ്ങളും സഹാറ മരുഭൂമിയും ടുണീഷ്യയുടെ സാമ്പത്തിക, സാമൂഹിക, സാംസ്കാരിക വളർച്ചയിൽ സാരമായ സ്വാധീനം ചെലുത്തിയ ഘടകങ്ങളാണ്.

ഇവിടെ പെട്രോളിയം ഒരളവുവരെ ലഭ്യമാണെങ്കിലും വലിയ അളവിലുള്ള നിക്ഷേപങ്ങൾ കുറവാണ്. ഇപ്പോൾ (2012ൽ) ദിനംതോറും 97600 വീപ്പ പെട്രോളിയം ഉൽപ്പാദിപ്പിക്കുന്നു. വരും കാലങ്ങളിൽ സൗരോർജ്ജത്തിന് കൂടുതൽ പ്രധാന്യം നൽകാനാണ് ടുണീഷ്യയുടെ തീരുമാനം; മാത്രമല്ല സൗരോർജിത അധിഷ്ഠിതമായ വൈദ്യുതി അടുത്തുള്ള യൂറോപ്യൻ രാജ്യങ്ങൾക്ക് നൽകാനുള്ള സാധ്യതയെക്കുറിച്ച് പഠിച്ചുകൊണ്ടിരിക്കുന്നു. ടുണീഷ്യയിലെ പ്രധാന തൊഴിലുകൾ കൃഷി, ഖനനം, വ്യവസായം, പെട്രോളിയം എന്നിവയാണ്. ഫോസ്ഫറസ് ഖനനത്തിന് സമ്പദ് വ്യവസ്ഥയിൽ ഒരു പ്രധാന പങ്കുണ്ട്. അതുപോലെ വിനോദസഞ്ചാര മേഖലക്കും (Tourism). ടുണീഷ്യ സാമ്പത്തികമായി മുൻനിരയിലാണ്. ആഫ്രിക്കൻ ഭൂഖണ്ഡത്തിൽ ഏറ്റവും കൂടിയ ശരാശരി വരുമാനം ടുണീഷ്യയിലാണ്.

1956-ൽ ഫ്രഞ്ച് ആധിപത്യത്തിൽ നിന്ന് സ്വാതന്ത്ര്യം നേടിയ ടുണീഷ്യ ഒരു മുസ്ലീം രാഷ്ട്രം ആണെങ്കിൽ കൂടി പുരോഗമനോന്മുഖമായ പല ആശയങ്ങൾ അംഗീകരിക്കുകയും പ്രോത്സാഹിപ്പിക്കുകയും ചെയ്യുന്നു. ഉദാഹരണത്തിന് ബഹുഭാര്യാത്വം നിയമപരമായി നിരോധിക്കപ്പെട്ടിരിക്കുന്ന ഏക മുസ്ലീം രാഷ്ട്രം ടുണീഷ്യയാണ്. ജനസംഖ്യയുടെ 98 ശതമാനവും മുസ്ലീം മതവിശ്വാസികളാണ്. എങ്കിലും പ്രസിഡന്റ് ഒരു മുസ്ലിം ആയിരിക്കണം എന്ന നിബന്ധന

ഒഴിച്ച് മറ്റെല്ലാകാര്യങ്ങളിലും മതേതര നിലപാടാണ് കഴിഞ്ഞ 56വർഷങ്ങളായി ടുണീഷ്യ കൈക്കൊണ്ടുവരുന്നത്. ദൗദ്യോഗിക ഭാഷ അറബിക്ക് ആണ്. പക്ഷേ ഫ്രഞ്ചും സർവ്വസാധാരണമായി ഉപയോഗിക്കുന്നു.

സ്ത്രീകൾക്ക് പുരുഷന്മാരോടൊപ്പം സമത്വവും സ്വാതന്ത്ര്യവും നിയമപരമായി അനുവദിക്കുന്ന മുസ്ലീം നാടുകളിൽ ഒന്നാണ് ടുണീഷ്യ വിദ്യാഭ്യാസ മേഖലയിലും ടുണീഷ്യ മുൻനിരയിൽ തന്നെയാണ്. നാടിന്റെ വാർഷിക വരുമാനത്തിന്റെ ആറ് ശതമാനം വിദ്യാഭ്യാസ ആവശ്യങ്ങൾക്കായി ചിലവഴിക്കുന്നു. 6 മുതൽ 16 വയസ്സുവരെയുള്ള എല്ലാ കുട്ടികളും വിദ്യ അഭ്യസിക്കുന്നവരായിരിക്കണം എന്നത് നിർബന്ധമാണ്. കുട്ടികൾ 6 വയസ്സുമുതൽ അറബിക്കും,. 8 വയസ്സുമുതൽ ഫ്രഞ്ചും 12 വയസ്സുമുതൽ ഇംഗ്ലീഷും പഠിച്ചുതുടങ്ങണമെന്നതും നിർബന്ധമാണ്. 15 വയസ്സിനും 24 വയസ്സിനും ഇടയിലുള്ള 91 ശതമാനം സ്ത്രീകളും അഭ്യസ്തവിദ്യരാണ്. 59.5% സ്ത്രീകളാണ്. പട്ടാളം, പോലീസ്, വ്യോമയാനം എന്നിവയുൾപ്പെടെ എല്ലാ തുറകളിലും സ്ത്രീകൾ ധാരാളമായി ജോലി ചെയ്യുന്നു. ടുണീഷ്യയിൽ 42%ഡോക്ടറന്മാരും 27% ന്യായാധിപന്മാരും, 31% അഭിഭാഷകരും, 40% സർവ്വകലാശാല അധ്യാപകരും സ്ത്രീകളാണ്. ഇതൊക്കെയാണെങ്കിലും ടുണീഷ്യൻ ഗ്രാമപ്രദേശങ്ങളിൽ മതമൗലികവാദം കൂടുതൽ ശക്തി ആർജിക്കുന്നില്ലേ എന്ന സംശയവും വളർന്നു വരുന്നു. 2011-ൽ അഴിമതിക്കെതിരായി നടന്ന സമരങ്ങൾ ഓർക്കാതിരിക്കാൻ കഴിയുകയില്ല. അത്തരം സന്ദർഭങ്ങൾ ടുണീഷ്യൻ ജനതയെ കൂടുതൽ ശക്തമായ രീതിയിൽ പുരോഗമനപ്പാതയിൽ നടത്തിച്ചെല്ലുമെന്ന് ആഗ്രഹിക്കാം.

ലിബിയ :

ആഫ്രിക്കയുടെ വടക്ക് സ്ഥിതി ചെയ്യുന്ന ഈ രാഷ്ട്രം വടക്ക് മെഡിറ്ററേനിയൻ സമുദ്രത്താലും, കിഴിക്ക് ഈജിപ്റ്റിനാലും, വടക്കുകിഴക്ക് സുഡാനിനാലും തെക്ക് ഛദ് (chad), നിഗർ (niger) എന്ന രാഷ്ട്രങ്ങളാലും ചുറ്റപ്പെട്ടിരിക്കുന്നു. തലസ്ഥാന നഗരം ട്രിപോലി (Tripoli)യാണ്. വലിപ്പത്തിൽ 17-ാമത്തെ സ്ഥാനമുള്ള ഈ രാജ്യത്തിന്റെ വിസ്തൃതി 18,00,000 ചതുശ്ര കിമീറ്ററാണ്. ജനസംഖ്യ ഏതാണ്ട് 64 ലക്ഷവും.

അറിയപ്പെടുന്ന എണ്ണ നിക്ഷേപങ്ങൾ കൂടുതലുള്ള രാഷ്ട്രങ്ങളുടെ പട്ടികയിൽ 10-ാമത്തെ സ്ഥാനവും ഉൽപാദനത്തിൽ 17-ാമത്തെ സ്ഥാനവും ലിബിയ അവകാശപ്പെടുന്നു. ഒരു കാലത്ത്, അതായത് 10,000 വർഷങ്ങൾക്ക് മുൻപ് വളരെയധികം ഫലഭൂയീഷ്ഠമായിരുന്നു. തഴച്ചു വളർന്നിരുന്ന മരങ്ങളുടേയും ചെടികളുടേയും നാടായിരുന്ന

ലിബിയയുടെ ഏതാണ്ട് 90% ഭൂഭാഗവും സഹാറ മരുഭൂമിയുടെ ഭാഗമായി മാറിയിരിക്കുന്നു. വളരെയധികം പാരമ്പര്യമുള്ള ഒരു സംസ്കാരം ലിബിയക്ക് ഉണ്ട്. പഴയകാല ചരിത്രത്തിന്റെ അവശിഷ്ടങ്ങളായി നിലനിൽക്കുന്ന, പുരാതന ഗ്രീക്ക് നഗരമായ സൈറിനിലെ (Cyrene) സീയസ് ദേവാലയം (Temple of Zeus) പോലെയുള്ള പല പുരാതന നോക്കുകുത്തികളും ലിബിയയുടെ പല ഭാഗത്തും ഉണ്ട്.

അറബിക്ബെർബർ വംശജരായ ഇവിടുത്തെ ജനതയുടെ 97% മുസ്ലീം മതവിശ്വാസികളാണ്. 82 ശതമാനം ജനങ്ങളും സാക്ഷരരാണ്. കൂടിയ വിസ്തൃതിയും കുറഞ്ഞ ജനസംഖ്യയുമുള്ള ലിബിയ ആഫ്രിക്കയിലെ ഏറ്റവും സമ്പൽ സമൃദ്ധമായ നാടാണ് എന്നുപറഞ്ഞാൽ തെറ്റാവില്ല. സമ്പത്തിന്റെ ഉറവിടം അവിടെ ധാരാളമായുള്ള ഊർജ്ജസ്രോതസ്സുകളാണ് പെട്രോളിയവും പ്രകൃതി വാതകവും.

സൻസിബർ :

ഭൂമിശാസ്ത്രപരമായി ഇന്ത്യാമഹാസമുദ്രത്തിൽ ആഫ്രിക്കൻ ഭൂഖണ്ഡത്തോട് തൊട്ടുകിടക്കുന്ന ഒരു ദ്വീപ സമൂഹമാണ് സൻസിബർ (Zanzibar). പ്രധാന ദ്വീപുകൾ ഉൽഗുജം (Ulguja) പെബ (Pemba) എന്നിവയാണ്. തലസ്ഥാന നഗരം ഉൽഗുജയിലുള്ള സൻസിബറാണ്. സൻസിബറിന്റെ നഗരമധ്യം Stone town എന്നറിയപ്പെടുന്ന അംഗീകരിക്കപ്പെട്ട ഒരു പുരാതന സ്ഥലമാണ്. (world heritage site). 2650 ചതുരശ്ര കി. മീറ്റർ വിസ്തൃതിയുള്ള സൻസിബറിന്റെ ജനസംഖ്യ 10 ലക്ഷമാണ്. 1448-ൽ വാസ്കോഡ ഗാമ (vasco da Gama)യുടെ വരവ് സൻസിബറിന്റെ യൂറോപ്യൻ അധിനിവേശത്തിനുള്ള തുടക്കം കുറിച്ചു. പിന്നീട് 1963 -ൽ മാത്രമാണ് അന്ന് ആധിപത്യം സ്ഥാപിച്ചിരുന്ന ബ്രിട്ടീഷ് കാരുടെ കൈയിൽ നിന്ന് സ്വാതന്ത്ര്യം ലഭിച്ചത്. 1964-ൽ അടുത്തുള്ള തൻ ഗാസിക്ക (Tanganyika) യുമായി ലയിച്ച് തൻസാനിയ (Democratic Republic of Tanzania) എന്ന പുതിയ രാഷ്ട്രത്തിന് രൂപം നൽകി. ഇന്ന് സൻസിബർ തൻസാനിയയിലെ ഒരു സ്വയംഭരണാവകാശമുള്ള പ്രദേശമാണ്. സൻസിബറിലെ പ്രധാന കാർഷിക വിഭവങ്ങൾ ഗ്രാമ്പു (Cloves), ജാതിക്ക (nutmeg), കറുവാപ്പട്ട (cinnamon), കുരുമുളക് (pepper) എന്നിവയാണ്. അതുകൊണ്ട് സൻസിബർ സുഗന്ധ ദ്രവ്യങ്ങളുടെ നാട് എന്നും അറിയപ്പെട്ടിരുന്നു. ഇതേ വിശേഷണത്തിന് അർഹമായ മറ്റൊരു പ്രദേശം ഇൻഡോനേഷ്യയിലെ മലുക (Maluku islands)ദ്വീപുകളാണ്.

ബഹുഭൂരിപക്ഷം ജനങ്ങളും ആഫ്രിക്കൻ സ്വാഹിലി വംശജരാണെങ്കിലും ഏഷ്യയിൽ നിന്നും (പ്രധാനമായും അറബ് നാടുകളിൽ

നിന്നും ഇന്ത്യയിൽ നിന്നും) കുടിയേറി പാർത്ത കുറേ ആളുകളും ഇവി ടെയുണ്ട്. ജനങ്ങളിൽ 99% ആളുകളും ഇസ്ലാം മതവിശ്വാസികളാണ്.

സാമ്പത്തികമായും വിദ്യാഭ്യാസപരമായും സൻസിബർ പിന്നിലാണ്. 50 ശതമാനം ആളുകളും ദാരിദ്ര്യ രേഖക്ക് താഴെയാണ്. സാക്ഷരതയും വളരെകുറവാണ്. ശരാശരി ആയുർദൈർഘ്യം (life _span) ലോകശരാശരിയെക്കാൾ കുറവും, കേവലം 57 വർഷങ്ങൾ മാത്രവുമാണ്. പരക്കെ ഉപയോഗിക്കുന്ന ഭാഷ സ്വാഹിലി-യാണ്. സൻസിബർ കൊലോബസ് (Zanzibar colobus) കുരങ്ങുകളും പെമ്പാ പറക്കും ചെന്നായും (Pemba flying fox) സൻസിബറിന്റെ മാത്രം പ്രത്യേകതകളാണ്.

സുഡാൻ:

സുഡാനിന്റെ എലികകൾ:

വടക്ക് – ഈജിപ്ത്

വടക്കു കിഴക്ക് – ചെങ്കടൽ (Red sea)

കിഴക്ക് – എറിത്രയും (Erithra) എത്യോപ്യയും (Elthiopia)

തെക്ക്- തെക്കൻ സുഡാൻ അല്ലെങ്കിൽ ദക്ഷിണ സുഡാൻ (South Sudan)

തെക്കു പടിഞ്ഞാറ് – മദ്ധ്യ ആഫ്രിക്കൻ റിപ്പബ്ലിക് (Central African Republic)

പടിഞ്ഞാറ് ഛദ് (Chad)

വടക്കുപടിഞ്ഞാറ് – ലിബിയ

മദ്ധ്യത്തിൽ കൂടി ഒഴുകുന്ന പ്രസിദ്ധിപെറ്റ നൈൽ നദി സുഡാനിനെ രണ്ട് പ്രദേശങ്ങളായി (കിഴക്കും പടിഞ്ഞാറും) വിഭജിക്കുന്നു. നൈൽ നദിയുടെ ഓരപ്രദേശങ്ങൾ ഫലഭൂയിഷ്ഠങ്ങളാണ്. ഏതാണ്ട് 10,000 വർഷങ്ങൾക്ക് മുൻപു തന്നെ നൈൽ നദീതീരങ്ങളിൽ മാനുഷിക സംസ്കാരത്തിന് തുടക്കം കുറിച്ചു. ആ കാലം മുതൽക്കേ ഈ പ്രദേ ശങ്ങളിൽ മൺ ഇഷ്ടികകൾ ഉപയോഗിച്ച് വീടുകൾ ഉണ്ടാക്കാൻ തുടങ്ങിയിരുന്നു എന്ന് കരുതുന്നു. അതുപോലെ വേട്ടയാടുകയും, മീൻ പിടിക്കുകയും കന്നുകാലി വളർത്തലും ധാന്യങ്ങൾ ശേഖരിക്കുകയും മറ്റും ചെയ്യാൻ ആദിമ മനുഷ്യൻ തുടങ്ങിക്കഴിഞ്ഞിരുന്നു. ഇന്ന് സുഡാ നിലുള്ള അത്രയധികം പഴമയേറിയ ഒരു സംസ്കാരത്തിന്റെ തുടർച്ച ക്കാരായ ആദിമ വംശജരും പിന്നീട് അറബ് നാടുകളിൽ നിന്ന് കുടിയേറി പാർത്തവരും ആണ്. ഒരിക്കലും സുഡാനിന്റെ ചരിത്രം സമാധാനപരമോ സുഖമുള്ളതോ ആയിരുന്നില്ല. എക്കാലത്തും പുറമേ

നിന്നുള്ള അധിനിവേശ ശ്രമങ്ങളും തന്നിമിത്തം മാറിമാറി ഉണ്ടായ യുദ്ധങ്ങളും ആദ്യകാലങ്ങളിൽ അറബ് നാട്ടുകളിൽനിന്നും പിന്നീട് ഈജിപ്റ്റിൽ നിന്നും അതിനുശേഷം യൂറോപ്യൻ നാട്ടുകളിൽ നിന്നും സുഡാനെ അസ്വസ്ഥമാക്കിയിരുന്നു. ഏറ്റവും ഒടുവിൽ സുഡാൻ ബ്രിട്ടീഷ് ആധിപത്യത്തിലായിരുന്നു.

സുഡാനിന്റെ വടക്കുഭാഗം കൂടുതൽ ഫലഭൂയിഷ്ടവും തന്നിമിത്തം ജനസാന്ദ്രവും ആണ്. തെക്കുഭാഗം കൂടുതലും മരു പ്രദേശങ്ങളാണ്; തന്നിമിത്തം ജനസാന്ദ്രത കുറഞ്ഞതും. ജനനിബിഡമായ വടക്കൻ പ്രദേശങ്ങളിൽ 97 ശതമാനവും ഇസ്ലാം മതവിശ്വാസികളാണ്. പക്ഷേ ദക്ഷിണ സുഡാനിൽ 18 ശതമാനം മാത്രമാണ് ഇസ്ലാം മതവിശ്വാസികൾ. ബാക്കിയുള്ളവരിൽ നല്ലൊരു ശതമാനം ഗോത്ര വർഗ വിശ്വാസങ്ങൾ വെച്ചു പുലർത്തുന്നവരും ബാക്കി ക്രിസ്തുമത വിശ്വാസികളുമാണ്. 1956—ൽ സുഡാൻ ബ്രിട്ടീഷ് ഭരണത്തിൽ നിന്ന് സ്വതന്ത്രമായി എങ്കിലും ഈ ഭിന്നതകൾ വടക്കും തെക്കും തമ്മിൽ ആഭ്യന്തര കലഹങ്ങൾക്ക് വഴിയൊരുക്കി. അടുത്തകാലത്ത് കലഹങ്ങൾ നിർത്തിവെച്ച് ഔദ്യോഗികമായി സുഡാൻ രണ്ട് രാഷ്ട്ര ങ്ങളായി. 1 ഖർതേം തലസ്ഥാനമായ വടക്കൻ സുഡാൻ; ജനസംഖ്യ 300 ലക്ഷത്തിനടുത്ത് 2. ജൂബ തലസ്ഥാനമായ ദക്ഷിണസുഡാൻ; ജനസംഖ്യ 80 ലക്ഷത്തിനടുത്ത്. 2011 ജൂലൈ 9-ാം തീയതി രൂപ പ്പെട്ട ദക്ഷിണ സുഡാൻ, ഇതെഴുതുമ്പോൾ, ലോകത്തിലെ ഏറ്റവും പ്രായംകുറഞ്ഞ രാഷ്ട്രമാണ്.

രണ്ട് രാഷ്ട്രങ്ങൾക്കും സമാധാനത്തോടെ ജീവിക്കുവാനും പുരോഗ മിക്കുവാനും വേണ്ട സാഹചര്യങ്ങൾ ഉണ്ടാകും എന്ന് ആഗ്രഹിക്കാം.

നൈജീരിയ:

ആഫ്രിക്കയിലെ ഏറ്റവും കൂടിയ ജനസംഖ്യയുള്ള രാഷ്ട്രമായ നൈജീരിയ ഈ ഭൂഖണ്ഡത്തിന്റെ പടിഞ്ഞാറായി സ്ഥിതി ചെയ്യുന്നു. നൈജീരിയ്ക്ക് ചുറ്റുമായി

പടിഞ്ഞാറ്- ബെനിൽ (Benin)

കിഴക്ക് – ഛദ് (Chad) ഉം കാമറൂണും (Cameroon)

വടക്ക് – നിഗർ (Niger)

തെക്ക് – അറ്റ്ലാന്റിക് സമുദ്രത്തെ ഒട്ടികിടക്കുന്ന ഗ്നിയ ഉൾക്കടൽ (Gulf of Guinea)

എന്ന രാജ്യങ്ങളൊ ഭൂപ്രദേശങ്ങളോ ഉണ്ട്.

ഏതാണ്ട് 10,000 വർഷങ്ങൾ നീണ്ടുനിൽക്കുന്ന സാംസ്കാരിക

പാരമ്പര്യമുള്ള നൈജീരിയയിലെ ജനങ്ങളിൽ ഭൂരിഭാഗവും ഹൗസാ (Hausa), ഇഗ്ബോ (Igbo), യൂരുബ (Yoruba) വംശജരാണ്. ജനസംഖ്യ കൂടുതലുള്ള ലോകരാഷ്ട്രങ്ങളുടെ പട്ടികയിൽ 7-ാം സ്ഥാനമാണ് നൈജീരിയയ്ക്കുള്ളത്. ജനസംഖ്യ കൂടുതലുള്ള നഗരം ലോഗോസ് (Lagos) ആണെങ്കിലും തലസ്ഥാന നഗരം അബുജ (Abuja) യാണ്. അംഗീകരിക്കപ്പെട്ട മൂന്ന് രാഷ്ട്രഭാഷകൾ ഹൗസാ, ഇഗ്ബോ, യരുബ എന്നിവയാണ്. ഔദ്യാഗിക ഭാഷ ഇംഗ്ലീഷും.

ബ്രിട്ടന്റെ ആധിപത്യത്തിൽ നിന്നും 1960ൽ സ്വതന്ത്രമായ നൈജീരിയ 1963—ൽ ഒരു ജനാധിപത്യ രാജ്യമായി. 923,700 ച.കി. മീറ്റർ വിസ്തൃതിയുള്ള നൈജീരിയയുടെ ജനസംഖ്യ 17 കോടി ക്കടുത്താണ്. ഇതിൽ 50 ശതമാനം ഇസ്ലാം മതവിശ്വാസികളും 48 ശതമാനം ക്രസ്തുമത വിശ്വാസികളും ആണ്. ഇസ്ലാമിയർ നൈജീരി യയുടെ വടക്കൻ പ്രദേശങ്ങളിലും കൃസ്ത്യാനികൾ തെക്കൻ പ്രദേശ ങ്ങളിലും കൂടുതലായി വസിക്കുന്നു.

ധാരാളം പെട്രോളിയം നിക്ഷേപങ്ങൾ കൊണ്ട് അനുഗ്രഹീത മാണ് നൈജീരിയ. കൂടിയ അളവിൽ പെട്രോളിയം ഉൽപാദനം ചെയ്യുന്ന നാട്ടുകളുടെ പട്ടികയിൽ 12-ാമത്തെ സ്ഥാനവും, നിക്ഷേ പങ്ങളുടെ കാര്യത്തിൽ 10-ാമത്തെ സ്ഥാനവും നൈജീരിയയ്ക്കുണ്ട്. പെട്രോളിയം ഉൽപാദനത്തിന്റെ നല്ലൊരു പങ്ക് അമേരിക്കയിലേക്ക് (USA) കയറ്റുമതി ചെയ്യുന്നു.

ധാരാളം ധാതുസമ്പത്തുള്ള നൈജീരിയ വിദ്യാഭ്യാസം, ആരോഗ്യ പരിപാലനം മുതലായ തുറകളിൽ വളരെ പിന്നോക്കമാണ്.

ദക്ഷിണാഫ്രിക്ക:

ദക്ഷിണാഫ്രിക്ക എന്ന് കേൾക്കുമ്പോൾ തന്നെ നമ്മുടെ ഓർമ്മ യിലേക്ക് വരുന്നത് രണ്ട് മഹത് വ്യക്തികളുടെ പേരുകളാണ്. ഒന്ന് മഹാത്മാ ഗാന്ധി. രണ്ട് നെൽസൺ മണ്ഡേല.

12,21,037 ച.കി. മീറ്റർ വിസ്തൃതിയുള്ള ദക്ഷിണാഫ്രിക്ക വലു പ്പത്തിൽ ലോകത്തിലെ 25-ാമത്തേതാണ്. ജനസംഖ്യാ അടി സ്ഥാനത്തിൽ 24-ാമത്തേതും. ജനസംഖ്യ 510 ലക്ഷം. ആഫ്രിക്കൻ ഭൂഖണ്ഡത്തിന്റെ ഏറ്റവും തെക്കായി സ്ഥിതി ചെയ്യുന്നതുകൊണ്ട് ദക്ഷിണാഫ്രിക്ക എന്ന പേര് അന്വർത്ഥമാണ്. വടക്ക് നമീബിയ (Namibia), ബോട്സ്വാന (Botswana), സിംബാബ് വേ (Zimbabwe) എന്ന രാഷ്ട്രങ്ങൾ; കിഴക്ക് മൊസാംബിക് (Mosambique), സ്വാ സിലാൻഡ് (Swasiland) എന്നവ; ലെസൊതെ (Lesotho) എന്ന ഒരു ചെറിയ രാജ്യം ദക്ഷിണാഫ്രിക്കയുടെ ഭൂപ്രദേശത്തിനുള്ളിൽ

സ്ഥിതിചെയ്യുന്നു. അറ്റ്ലാന്റിക്ക് സമുദ്രവും ഇന്ത്യാസമുദ്രവും തൊട്ടുരുമ്മികിടക്കുന്ന ദക്ഷിണാഫ്രിക്കയ്ക്ക് 1798 കി.മീറ്റർ നീളമുള്ള സമുദ്രതീരം സ്വന്തമായുണ്ട്. ഗുഡ്ഹോപ് മുനമ്പും ഇവിടെയാണുള്ളത് –നമ്മുടെ കന്യാകുമാരി പോലെ ഒരു മുനമ്പ്.

വൈവിധ്യമാർന്ന സംസ്കാരവും ചരിത്രവും അവകാശപ്പെടുന്ന ദക്ഷിണാഫ്രിക്കൻ പ്രദേശങ്ങൾ, മൃഗങ്ങളിൽനിന്ന് മനുഷ്യനിലേക്ക് നടന്നുവന്ന പരിണാമപ്രക്രിയകൾക്ക് സാക്ഷ്യം വഹിച്ചിരിക്കും എന്ന് വിശ്വസിക്കുന്നു. ആ നിലയിൽ ഏതാണ്ട് 170,000 വർഷങ്ങൾക്ക് മുൻപ് തന്നെ ആധുനികമനുഷ്യന്റെ മുൻഗാമികളായ രണ്ടുകാൽ മൃഗങ്ങൾ ഈ പ്രദേശങ്ങളിൽ ജീവിച്ചിരുന്നു എന്ന് അനുമാനിക്കാൻ വേണ്ട തെളിവുകൾ ഉണ്ട്. പക്ഷേ ആധുനിക ചരിത്ര ദൃഷ്ട്യാ പോർച്ചുഗീസ് (Portuguese) അന്വേഷണ യാത്രികനായ ബസ്റ്റാന്യ ദിയാസ്സിന്റെ (Bastogne Dias) ആഗമനം യൂറോപ്യൻ അധിനിവേശത്തിന്റെ തുടക്കം കുറിച്ചു. 1652-ൽ ഗുഡ്ഹോപ് മുനമ്പ് കേന്ദ്ര മാക്കിക്കൊണ്ട് ഡച്ചുകാരാണ് (Dutch) വൻ തോതിൽ അടിമക്കച്ചവടം ആരംഭിച്ചത്. ഇൻഡോനേഷ്യയിൽനിന്നും ഇന്ത്യയിൽ നിന്നും ആളുകളെ ബന്ധസ്ഥരാക്കുകയും അടിമകളായി ആഫ്രിക്കയിൽ വിൽക്കുന്നതും പതിവായി. ദക്ഷിണാഫ്രിക്ക പല പ്രതിസന്ധികളും കടന്ന് 1909-ൽ ബ്രിട്ടനിൽ നിന്നും സ്വതന്ത്രമായി. പക്ഷേ പല കാരണങ്ങൾ കൊണ്ടും ഒരു ബ്രിട്ടീഷ് സ്വയം ഭരണാവകാശ കോളനിയായി തുടരാനാണ് ദക്ഷിണാഫ്രിക്ക തീരുമാനിച്ചത്. ഇവിടെ കണ്ടുപിടിക്കപ്പെട്ട വജ്രം (Diamond 1867ൽ) സ്വർണ്ണം (gold 1884-ൽ) നിക്ഷേപങ്ങൾ പൂർണ്ണമായും കുടിയേറിപ്പാർത്ത ബ്രിട്ടീഷുകാരുടെ അധീനതയിലായിരുന്നു. അതുപോലെതന്നെ 1913-ൽ അംഗീകരിച്ച പുതിയ ഭൂഉടമസ്ഥാവകാശനിയമം കാരണം ഭൂസ്വത്തിന്റെ 93 ശതമാനവും ജനസംഖ്യയുടെ കേവലം 9 ശതമാനം മാത്രമുണ്ടായിരുന്ന ബ്രിട്ടീഷ് കാരുടേതായി. ഈ പ്രദേശങ്ങളിലെ ആദിവാസികളായ കറുത്ത വർഗക്കാരായ ആഫ്രിക്കൻ വംശജരും ഏഷ്യയിൽനിന്ന് അടിമകളായി എത്തിച്ചേർന്നവരുടെ പിൻമുറക്കാരും എല്ലാ മാനുഷികാവകാശങ്ങളും നിഷേധിക്കപ്പെട്ട ചൂഷിത വർഗം എന്ന നിലയിലേക്ക് പിൻതള്ളപ്പെട്ടു. ആ നിലയിൽ നിന്ന് ദക്ഷിണാഫ്രിക്കയെ അർത്ഥവത്തായ വിവേചനരഹിതമായ ഒരു സ്വതന്ത്ര രാഷ്ട്രമാക്കി മാറ്റിയതിൽ ആദ്യകാലങ്ങളിൽ മഹാത്മാഗാന്ധിജിയുടെ നേതൃത്വത്തിൽ നടന്ന സമരങ്ങളും പിന്നീട് മണ്ഡേലയുടെ നേതൃത്വത്തിൽ നടന്ന സമരങ്ങളും മറക്കാനാകാത്ത ചരിത്ര സംഭവങ്ങളാണ്. മണ്ഡേല നീണ്ട 27 വർഷങ്ങൾ ജയിലിലായിരുന്നു. 1961-ൽ ബ്രിട്ടന്റെ കോളനി എന്ന സ്ഥാനം നിരാകരിച്ചുകൊണ്ട് ദക്ഷിണാഫ്രിക്ക ഒരു ജനാധിപത്യ

രാഷ്ട്രമായി; എന്നിരുന്നാലും വെള്ളക്കാരും അല്ലാത്തവരും എന്ന വിവേചനത്തിന് ഒരവസാനം ഉണ്ടായത് 1990-ന്ന ശേഷമാണ്. മണ്ടേല ജയിൽ വിമുക്തനായതും 1990-ലാണ്. 1994- ലെ പൊതു തിരഞ്ഞെടുപ്പിന് ശേഷം മാത്രമാണ് ദക്ഷിണാഫ്രിക്ക എല്ലാ വംശജർക്കും തുല്യ അവകാശമുള്ള ഒരു ജനാധിപത്യ രാജ്യമായത് എന്നു പറഞ്ഞാൽ തെറ്റാവില്ല. ദക്ഷിണാഫ്രിക്കയുടെ തലസ്ഥാനം മൂന്ന് നഗരങ്ങൾ പങ്കിടുന്നു.

1 കേപ് ടൗൺ (cape town)- ജനപ്രതിനിധി സഭകളുടെ ആസ്ഥാനം.

2 പ്രിറ്റേറിയ (Pretoria)-ജനാധിപതിയുടേയും (President) മന്ത്രാലയങ്ങളുടേയും ആസ്ഥാനം.

3. ബ്ലോഫേണ്ടേൻ (Bloemfontein) ഉച്ചനീതി മന്ദിരത്തിന്റെയും മറ്റ് പ്രധാന ന്യായ പീഠങ്ങളുടേയും ആസ്ഥാനം.

ദക്ഷിണാഫ്രിക്കയിൽ 500-ൽ കൂടുതൽ ഭാഷകളുണ്ടെങ്കിലും പതിനൊന്നെണ്ണം മാത്രമാണ് ഔദ്യോഗിക ഭാഷകളായി അംഗീകരിക്കപ്പെട്ടിട്ടുള്ളത്. ഇതിൽ ദക്ഷിണാഫ്രിക്കൻ ഇംഗ്ലീഷും (south African English) ആഫ്രിക്കാൻസ് (Afrikaans) എന്ന ഡച്ച് (Dutch) കലർന്ന ഭാഷയും ഉൾപ്പെടും.

ജനസംഖ്യയുടെ 80 ശതമാനവും കറുത്ത വർഗക്കാരായ ആഫ്രിക്കൻ വംശജരാണ്. വെള്ളക്കാർ 8 ശതമാനവും, യൂറോപ്യൻ ആഫ്രിക്കൻ സങ്കരവർഗക്കാർ 9.4 ശതമാനവും ഇന്ത്യക്കാർ ഉൾപ്പെടെയുള്ള ഏഷ്യൻ വംശജർ 2.6 ശതമാനവും ആണ്. 79.8 ശതമാനം ജനങ്ങളും ക്രിസ്തുമത വിശ്വാസികളാണ്.

ഏറ്റവും വലിയ നഗരം ജോഹനസ്ബർഗ്. (Johannesburg).

സാമ്പത്തികമായും വിദ്യാഭ്യാസപരമായും വളർന്നുകൊണ്ടിരിക്കുന്ന രാഷ്ട്രങ്ങളുടെ പട്ടികയിലാണ് ദക്ഷിണാഫ്രിക്കയുടെ സ്ഥാനം.

കണ്ടാമൃഗങ്ങളും, സിംഹവും, പുലിയും തുടങ്ങി അറിയപ്പെട്ട എല്ലാ വന്യമൃഗങ്ങളും ദക്ഷിണാഫ്രിക്കയിൽ ഉണ്ട്. ഇവിടെയുള്ള ക്രൂഗർ വന്യമൃഗസങ്കേതം (Kruger National Park) പ്രസിദ്ധിയേറിയതാണ്. ധാരാളമായി കാണപ്പെടുന്ന ആഫ്രിക്കൻ ജിറാഫ് (Giraffe) നീലകൊക്ക് (Blue crane) മുതലായവ എടുത്തുപറയേണ്ടവയാണ്. നീലകൊക്കാണ് ദക്ഷിണാഫ്രിക്കയുടെ ദേശീയപക്ഷി.

പാവം സിംഹം

ആഫ്രിക്കയിൽ പ്രചാരത്തിലുള്ള പല നാടോടിക്കഥകളിലും നമ്മുടെ നാട്ടിൽ പ്രചാരത്തിലുള്ള പഞ്ചതന്ത്രകഥകളിലേതു പോലെ ബുദ്ധിപൂർവ്വം മനുഷ്യനെപ്പോലെ പെരുമാറുന്ന മൃഗങ്ങളേയും പക്ഷികളേയുമെല്ലാം സർവ്വസാധാരണമായി കാണാൻകഴിയും. ആ പക്ഷികൾക്കും മൃഗങ്ങൾക്കുമെല്ലാം മനുഷ്യന്റെ എല്ലാ സ്വഭാവഗുണ ങ്ങളും സ്വഭാവദൂഷ്യങ്ങളും ഉണ്ടായിരിക്കുകയും ചെയ്യും. അത്തരത്തിൽ പെട്ട ചില പക്ഷികളേയും മൃഗങ്ങളേയുമാണ് ഈ കഥയിൽ നാം പരിചയപ്പെടുന്നത്.

പണ്ടൊരുകാലത്ത് ജീവിച്ചിരുന്ന ഒരു ഭർത്താവും ഭാര്യയും; അല്ലെങ്കിൽ നമുക്കവരെ അച്ഛൻ ഒട്ടകപക്ഷിയെന്നും അമ്മ ഒട്ടകപ ക്ഷിയെന്നും വിളിക്കാം. അവർ തങ്ങൾക്ക് കുട്ടികൾ ഉണ്ടാകണമെന്ന് ആഗ്രഹിച്ചു.

ഒട്ടകപക്ഷികൾ മുട്ടയിടുന്നത് മണലിൽ ഉണ്ടാക്കുന്ന കുഴികളി ലാണ്. അച്ഛൻപക്ഷി മണലിൽ കാലുകൾ കൊണ്ട് മാന്തി വിസ്താര മുള്ള ഒരു കുഴി ഉണ്ടാക്കി. അമ്മപക്ഷി ആ കുഴിയിൽ കയറിയിരുന്ന് ആറ് മുട്ടകൾ ഇട്ടു. പിന്നീട് അച്ഛൻ പക്ഷിയും അമ്മ പക്ഷിയും ഊഴം വെച്ച് മുട്ടക്ക് അടയിരുന്നു. അച്ഛൻ രാത്രിയിലും അമ്മ പകലും. രണ്ടുപേരും മാറിമാറി മുട്ടകൾക്ക് വേണ്ടത്ര ചൂട് നൽകി. കുറേ ദിവ സങ്ങൾക്കു ശേഷം ഒരു ദിവസം ഒട്ടകപക്ഷിക്കുഞ്ഞുങ്ങൾ അകത്തു നിന്ന് മുട്ടകൾ പൊട്ടിച്ച് തോടുകളിൽനിന്ന് വെളിയിൽ വന്നു.

നല്ല ചുണയുള്ള ആറ് കുട്ടിപ്പക്ഷികൾ. കുട്ടികളെക്കാണാൻ ആഗ്ര ഹിച്ചിരുന്ന മാതാപിതാക്കൾക്ക് വളരെ സന്തോഷമായി. അവർ സന്തോഷത്തോടെ മക്കൾക്കുചുറ്റും നൃത്തമാടി. അച്ഛൻ പക്ഷി തന്റെ അലറുന്നതുപോലെയുള്ള ശബ്ദത്തിൽ ഉറക്കെയുറക്കെ വിളിച്ചുപറ ഞ്ഞു.

"ഞങ്ങൾക്ക് കുഞ്ഞുങ്ങൾ പിറന്നേ. ആറ് ചുണക്കുട്ടികൾ. എല്ലാരും കാണാൻ വാ. കാണാൻ വാ."

പക്ഷേ ആ അമറൽ ശബ്ദം കേട്ട കുഞ്ഞുങ്ങൾ പേടിച്ചുപോയി. അപ്പോൾ അമ്മപക്ഷി അവരെ ആശ്വസിപ്പിച്ചു.

"പേടിക്കേണ്ട മക്കളേ. അത് അച്ഛന്റെ ശബ്ദമാണ്."

അമ്മ മക്കളെയെല്ലാം തന്റെ കാലുകൾക്കടുത്ത് ചേർത്തുനിർത്തി അച്ഛൻ പക്ഷിയുടെ അടുത്തേക്ക് ചെന്നു.

"നോക്കൂ മക്കളേ. ഇത് നിങ്ങളുടെ അച്ഛൻ."

അവയെല്ലാം ഒന്നിച്ച് ശബ്ദമെടുത്തു.

"അച്ഛൻ, നമ്മുടെ അച്ഛൻ." സന്തോഷം കൊണ്ട് മതിമറന്ന കുട്ടികൾ അവിടെയെല്ലാം തുള്ളിച്ചാടി നടന്നു. പക്ഷേ ചിറകുവിടർത്തി മേലോട്ട് ചാടാൻ ശ്രമിച്ച കുഞ്ഞുങ്ങൾക്ക് അതിന് കഴിഞ്ഞില്ല. അവയുടെ ചിറകുകൾ അവരുടെ ശരീരത്തിന്റെ വലുപ്പത്തിന് അനുപാതത്തിലുള്ളവയായിരുന്നില്ല. മറിച്ച് വളരെ ചെറിയ രണ്ട് ചിറകുകളായിരുന്നു. ശരീരത്തിന്റെ ഭാരം തൂക്കി പറക്കുവാൻ അവക്ക് ശക്തിയില്ലായിരുന്നു. അത് ശ്രദ്ധിച്ച അമ്മ കുട്ടികളോട് പറഞ്ഞു.

"നല്ല സൗന്ദര്യമുള്ള ചെറിയ ചിറകുകൾ. എന്റെ കുഞ്ഞുങ്ങൾ സുന്ദരക്കുട്ടന്മാരും സുന്ദരിക്കുട്ടികളും ആണ്."

അച്ഛൻ പറഞ്ഞു.

"കുഞ്ഞുങ്ങളേ, നമ്മുടെ ചിറകുകൾകൊണ്ട് നമുക്ക് പറക്കാൻ കഴിയുകയില്ല. പക്ഷേ അതൊരു കുറവായി കണക്കാക്കേണ്ട. ഉയർന്ന് പറക്കാൻ കഴിയുകയില്ലെങ്കിലും നമ്മുടെ വാത്തുകാലുകൾകൊണ്ട് നമുക്ക് ഭൂമിയിൽ തന്നെ പറക്കുന്നതുപോലെ വേഗത്തിൽ ഓടാൻ കഴിയും."

എങ്ങനെയാണ് വേഗത്തിൽ ഓടേണ്ടതെന്ന് അച്ഛൻ അവർക്ക് കാണിച്ചുകൊടുത്തു.

"ദാ. ഇങ്ങനെ, ഇങ്ങനെ." കുട്ടികൾ അച്ഛൻ കാണിച്ചതുപോലെ ഓടാനും ചാടാനും അഭ്യസിച്ചു. കുറച്ച് ദിവസങ്ങൾ കഴിഞ്ഞപ്പോഴേക്കും അവർ നന്നായി ഓടിത്തുടങ്ങി. എന്നു മാത്രമല്ല, മുയലിനേയും വരയൻ കഴുതകളേയും മറ്റും ഓട്ടപന്തയത്തിന് ക്ഷണിക്കാനുള്ള ധൈര്യവും നേടിയെടുത്തു. കുറുക്കനേയും, ചെന്നായയേയും, മാനിനേയുമെല്ലാം നിഷ്പ്രയാസം തോൽപിക്കുവാൻ അവർക്ക് കഴിഞ്ഞു.

അതെല്ലാം കണ്ട അമ്മ സന്തോഷത്തോടെ അവരോട് പറഞ്ഞു.

"ശരി.ശരി. കൊള്ളാം. എന്റെ അച്ഛനേയും അമ്മയേയും കൂടി ഓടിതോൽപിക്കാൻ കഴിയും. സംശയമില്ല. പക്ഷേ ഒരു കാര്യം പറഞ്ഞേക്കാം. മിടുക്കന്മാരാണെന്ന് നെഗളിച്ച് വീട്ടിൽ നിന്നും വളരെ ദൂരമൊന്നും പോകണ്ട. അതൊക്കെ കുറേക്കൂടി പ്രായം ആയിട്ടുമതി. ചുറ്റിനും ശത്രുക്കളാ. കേട്ടോ. എന്റെ കുട്ടികൾ സൂക്ഷിക്കണം."

"ഇല്ലമ്മേ. ദൂരെയെങ്ങും പോകുകയില്ല." അവർ പറഞ്ഞു. അവർ

വീടിന്റെ ചുറ്റു വട്ടാരത്തിലെല്ലാം ഓടിനടന്നു.

ഒരു ദിവസം അവരിൽ കൂടുതൽ കുറുമ്പൻ പറഞ്ഞു.

"അമ്മ പറഞ്ഞതൊക്കെ ശരി. പക്ഷേ നമുക്കിപ്പോൾ നന്നായി ഓടാൻ കഴിയുമല്ലൊ. മൃഗങ്ങൾ താമസിക്കുന്ന അടുത്ത ഗ്രാമം വരെ ഒന്ന് ഓടിനോക്കിയാലോ."

എല്ലാവരും ആ അഭിപ്രായത്തോട് യോജിച്ചു. കറുമ്പൻ പറഞ്ഞു.

"ഓട്ടം തുടങ്ങാം."

അവരെല്ലാവരും ഓടാൻ തുടങ്ങി. വഴിയോരത്ത് നിന്ന കുറ്റിച്ചെടികളും മരങ്ങളും താണ്ടി, വെള്ളക്കുഴികളും കുളങ്ങളും താണ്ടി അവർ ഓടി. കുറേ ഓടി. ഏതാണ്ട് എല്ലാവരും ക്ഷീണിച്ചപ്പോൾ അവർ നിന്നു. അത്രദൂരം ഓടാൻ കഴിഞ്ഞതിന്റെ സന്തോഷത്തിൽ അവർ അടുത്തുകണ്ട കുറ്റൻ വൃക്ഷത്തിന്റെ തണലിൽ വിശ്രമിച്ചു. അപ്പോഴാണ് കൂട്ടത്തിൽ ഒരു സഹോദരി ചോദിച്ചത്.

"നമ്മൾ ഇപ്പോൾ എവിടെയാണ്?" അവരെല്ലാവരും ചുറ്റിനും നോക്കി.

"അതേ. നമ്മളിപ്പോൾ എവിടെയാ?"

"നമ്മളെങ്ങിനെ വീട്ടിലേക്ക് തിരികെപ്പോകും?"

അങ്ങനെ എവിടെയോ വഴിതെറ്റിപ്പോയോ എന്ന് അവരാകപ്പാടെ സംഭ്രമിച്ച് നിൽക്കുമ്പോഴാണ്, ഒരമറൽ ശബ്ദം കേട്ടത്. ആ ശബ്ദം പക്ഷിക്കുഞ്ഞുങ്ങളെ ആദ്യം ഒന്ന് ഭയപ്പെടുത്തിയെങ്കിലും കുറുമ്പന്റെ വാക്കുകൾ എല്ലാവർക്കും ആശ്വാസം പകർന്നു.

"ഇത് നമ്മുടെ അച്ഛന്റെ ശബ്ദം പോലെയുണ്ട്. അല്ലേ?" പെങ്ങളും ഏറ്റുപറഞ്ഞു.

"അതേ, ശരിയാ. അച്ഛന്റെ ശബ്ദം പോലെതന്നെ."

"അച്ഛൻ എവിടെയാ. എവിടെയാ?"

കുട്ടികളെല്ലാം ആ ശബ്ദംകേട്ട ദിക്കിലേക്ക് ഓടി. അവരെത്തിയത് ഒരു സിംഹത്തിന്റെ ഗുഹയുടെ മുന്നിലായിരുന്നു. മുന്നിൽ തന്നെ നിന്നിരുന്ന സിംഹം അവരെയെല്ലാം ഒരു കൈകൊണ്ട് വാരിയെടുത്ത് നിമിഷത്തിനുള്ളിൽ ഗുഹക്കകത്ത് കയറി. കുട്ടികൾ പരിഭ്രാന്തരായി; എന്ത് ചെയ്യണമെന്നറിയാതെ പതുങ്ങിയിരുന്നു. അല്പനേരത്തെ നിശ്ശബ്ദതക്കുശേഷം ഒരു കുട്ടിചോദിച്ചു.

"അമ്മാവാ, നിങ്ങളാരാണ്? നിങ്ങളുടെ ശബ്ദം ഞങ്ങളുടെ അച്ഛന്റേതുമാതിരി ഉണ്ടെങ്കിലും കാഴ്ചക്ക് വേറേമാതിരി ഉണ്ടല്ലോ?" മറ്റൊരുകുട്ടി ചോദിച്ചു.

"നിങ്ങളുടെ ദേഹത്ത് ഒരുപാട് രോമങ്ങൾ ഉണ്ടല്ലോ?'

"നിങ്ങൾക്ക് നാല് കാലുകളുണ്ടല്ലോ?"

കുട്ടികളോട് സിംഹം പറഞ്ഞു.

“ദാ. നോക്ക്. ഞാനമിപ്പോൾ നിങ്ങളുടെ അച്ഛന്റെ കൂട്ട് രണ്ടുകാലിൽ നിൽക്കാം.”

രണ്ടുകാലിൽ നിന്ന സിംഹത്തിനെ കണ്ടിട്ട് കുട്ടികൾക്ക് അത്ര തൃപ്തയായിില്ലെങ്കിലും അവർ തലയാട്ടി സമ്മതം മൂളി. സിംഹം അവരുടെ ദേഹത്ത് സ്നേഹത്തോടെയെന്നപോലെ തടവിക്കൊണ്ട് പറഞ്ഞു.

“നിങ്ങളുടെ അച്ഛൻ കുറേ ദൂരെയാണ്. അതുകൊണ്ട് ഇപ്പോഴത്തേക്ക് ഞാനാണ് നിങ്ങളുടെ അച്ഛൻ. എന്താ. സമ്മതമല്ലേ?”

അല്പം ഭയത്തോടെ കുട്ടികൾ സമ്മതിച്ചു.

“ശരി. എല്ലാവരും ഓടി ക്ഷീണിച്ചില്ലേ? ഇപ്പോൾ വിശ്രമിക്ക്.”

സിംഹം അവരെ തന്റെ ഗുഹക്കുള്ളിൽ ഒരു കോണിൽ ഒതുക്കി നിർത്തി.

അതിനിടയിൽ അമ്മ പക്ഷിയും അച്ഛൻ പക്ഷിയും കുട്ടികളെ തിരക്കാൻ തുടങ്ങിയിരുന്നു. രണ്ടുപേരും ചുറ്റുപരിസരങ്ങളിലെല്ലാം അരിച്ചുപെറുക്കി തപ്പിയിട്ടും കുഞ്ഞുങ്ങളെ കണ്ടില്ല. എന്നുമാത്രമല്ല കേട്ടവരും കേട്ടവരും പറഞ്ഞത് കുഞ്ഞുങ്ങളെ അവരാരും കണ്ടില്ലെന്നാണ്. നേരം നന്നേ ഇരുട്ടിക്കഴിഞ്ഞിട്ടും ഒരു വിവരവും കിട്ടിയില്ല. ഏതാണ്ട് അർദ്ധരാത്രി കഴിഞ്ഞപ്പോഴാണ് അവർ കീരിച്ചേട്ടനെ കാണാനിടയായത്. അവരെ കണ്ടതും കീരി ചേട്ടൻ ചോദിച്ചു.

“എന്താ കുട്ടരേ, രണ്ടുപേരും ഈ രാത്രിയിൽ എങ്ങോട്ടാ? എന്താ, ആകപ്പാടെ ബേജാറായ മാതിരി ഉണ്ടല്ലോ?”

“ചേട്ടാ. എന്റെ മക്കളെകാണുന്നില്ല. ചേട്ടനെങ്ങാനും അവരെ കണ്ടോ?” അമ്മ പക്ഷി തിടുക്കത്തിൽ ചോദിച്ചു.

“അതേ. കുറേമുമ്പേ അവരിതുവഴി ഓടിച്ചാടി പോകുന്നത് കണ്ടു. ദാ. ആ കാണുന്ന കുന്നിൻചെരുവിൽക്കൂടി മേലോട്ട് ഓടിപ്പോയിട്ട് കുറച്ചുനേരമായി.”

അമ്മ പക്ഷിക്ക് പരിഭ്രമമായി.

“അയ്യോ, എന്റെ കുഞ്ഞുങ്ങൾ....” അത് കരയാൻ തുടങ്ങി.

അച്ഛൻ പക്ഷി കീരിച്ചേട്ടനോട് പറഞ്ഞു. “ചേട്ടാ, ചേട്ടനീ സ്ഥലങ്ങളെല്ലാം നല്ല പരിചയമാണല്ലോ, ചേട്ടനും കൂടി ഞങ്ങളുടെ കൂടെ ആ കുന്നുവരെ ഒന്ന് വരൂ.”

കീരിച്ചേട്ടൻ സമ്മതിച്ചു. അവർ മൂന്നുപേരും വേഗം കുന്നുകയറിയിറങ്ങി അവിടെയെല്ലാം തിരക്കി.

അപ്പോൾ കീരി പറഞ്ഞു.

“ഇനിയങ്ങോട്ട് സൂക്ഷിക്കണം. അത് നമ്മുടെ സിംഹരാജാവിന്റെ സ്ഥലങ്ങളാണ്. അങ്ങേരാണെങ്കിൽ ഒരു മുശടനും.”

അതുകേട്ടതും അമ്മ പക്ഷിയുടെ കരച്ചിൽ കൂടുതൽ ഉച്ചത്തിലായി.

അവിടെയെല്ലാം ഓടിനടന്ന് അമ്മപക്ഷി കൂടുതൽ കൂടുതൽ ഉച്ചത്തിൽ വിളിച്ചു.

"മക്കളേ... മക്കളേ..."

കുറച്ച് ദൂരെ ഗുഹക്കകത്ത് പക്ഷിക്കുഞ്ഞുങ്ങളെ തന്റെ അരികിൽ ഭദ്രമായി പിടിച്ചുകൊണ്ട് സിംഹം കിടക്കുന്നത് അവർ കണ്ടു. അമ്മ പക്ഷി ഓടിച്ചെന്ന് അലറി.

"എന്റെ കുട്ടികൾ... കുഞ്ഞുങ്ങളേ... സിംഹരാജാവേ, എന്റെ കുഞ്ഞു ങ്ങളെ വിട്ടുതാ"

അത് ശ്രദ്ധിച്ച സിംഹം പറഞ്ഞു.

"എന്ത്? നിന്റെ കുഞ്ഞുങ്ങളോ? ഈ കുഞ്ഞുങ്ങൾ എന്റേതാ. പൊയ്ക്കോ വേഗം."

"അയ്യോ. അവരെന്റെ കുഞ്ഞുങ്ങളാ. അവരുടെ തൂവലുകളും ചെറിയ ചിറകുകളും കണ്ടാലറിയില്ലേ അവർ എന്റെ കുഞ്ഞുങ്ങളാണെന്ന്?"

"എന്ത്? ധിക്കാരം പറയുന്നോ?" സിംഹം മുരണ്ടു.

എന്തു ചെയ്യണമെന്നറിയാതെ പകച്ച് നിന്നുപോയ അച്ഛനമ്മ മാരെ നോക്കി, കുഞ്ഞുങ്ങൾ ഉറക്കെ ചിലക്കാൻ തുടങ്ങി. അലമുറ യിട്ടു എന്ന് പറയുന്നതാകും കൂടുതൽ ശരി. ഉടനെ സിംഹം അവരെ ദേഷ്യപ്പെട്ട് ശാസിച്ചു.

"എന്താ ഈ കാണിക്കുന്നത്? ഞാൻ പറഞ്ഞില്ലേ? ഇനി നിങ്ങൾ എന്റെ കുട്ടികളാണെന്ന് പറഞ്ഞില്ലേ? സിംഹകുട്ടികൾ എങ്ങനെ പെരുമാറണമെന്ന് ഞാൻ പഠിപ്പിച്ചതല്ലേ? ഇനി ശബ്ദിച്ചുപോക രുത്? കുട്ടികൾ പേടിച്ചു പോയി.

അമ്മപക്ഷി സിംഹത്തിനോട് കരഞ്ഞപേക്ഷിച്ചു.

"എന്റെ കുഞ്ഞുങ്ങളെ ഒന്നും ചെയ്യരുതേ. പൊന്നു സിംഹരാജാവേ, എന്റെ കുട്ടികളോട് ദയ കാണിക്കണം."

സിംഹം ഗർജ്ജിച്ചു.

"എന്ത്. നിന്റെ കുട്ടികളോ? ഇതൊക്കെ എന്റെ കുട്ടികളാണെന്ന് പറഞ്ഞില്ലേ?

പോയ്ക്കോ വേഗം. പിന്നെ കുട്ടികളുടെ കാര്യം. ഇന്ന് ഞാനേതായാലും അവരെ ഒന്നും ചെയ്യുകയില്ല. എല്ലാം ഒന്നുരണ്ടുദി വസം തീറ്റതിന്ന് അല്പം തടി വെയ്ക്കട്ടെ. അതിനുശേഷമേ ഞാനിവ റ്റയേ തിന്നൂ."

എന്തു ചെയ്യണമെന്ന് അറിയാതെ ഒട്ടകപക്ഷികളും കീരിയും അവിടെ നിന്ന് മടങ്ങി.

അവിടെ നിന്ന് കൂടുതൽ സംസാരിച്ചാൽ സിംഹം കുട്ടികളെ ഉടനെ തന്നെ കൊന്നുകളഞ്ഞാലോ എന്ന ഭയവും അവരുടെ മനസ്സിൽ ഉണ്ടായിരുന്നു.

നേരം വെളുത്തയുടനെ പക്ഷികൾ അവരുടെ ഗ്രാമസഭയുടെ ഉപദേഷ്ടാവും നേതാവുമായ കുറുനരിയെ ചെന്നുകണ്ട് വിവരങ്ങളെല്ലാം പറഞ്ഞു.

"വിചിത്രമായിരിക്കുന്നല്ലോ ഈ കഥ. സിംഹകുട്ടികളേയും ഒട്ടകപക്ഷിക്കുഞ്ഞുങ്ങളേയും തിരിച്ചറിയാൻ പാടില്ലെന്നോ? നല്ലകഥ" അതായിരുന്നു കുറുനരിയുടെ ആദ്യത്തെ പ്രതികരണം. അദ്ദേഹം ഉടനെതന്നെ ഗ്രാമസഭ വിളിച്ചുകൂട്ടി കാര്യം ചർച്ചചെയ്തു. കേട്ടവർ കേട്ടവർ മൂക്കിൽ കൈ വെച്ച് പറഞ്ഞു.

"രസമായിട്ടുണ്ടല്ലോ. ആരുവിശ്വസിക്കും സിംഹം രാജാവിന്റെ കഥ?"

അനന്തരം എന്ത് ചെയ്യണമെന്നതിനേക്കുറിച്ച് ചർച്ചകൾ നടക്കുമ്പോൾ അമ്മപക്ഷി ശബ്ദമെടുത്ത് പറഞ്ഞു.

"നോക്കൂ. നോക്കൂ. ആ നെറികെട്ട സിംഹം എന്റെ മക്കളേയും കൂട്ടി ഇങ്ങോട്ടു തന്നെ വരുന്നു."

സിംഹം നേരെ ഗ്രാമസഭയുടെ ഓഫീസിലേക്ക് നടന്നെത്തി. കൂടെ പക്ഷിക്കുഞ്ഞുങ്ങളേയും നടത്തിക്കൊണ്ടാണ് അദ്ദേഹം വന്നത്. സഭാവാസികളെല്ലാവരും ബഹുമാനസൂചകമായി എഴുന്നേറ്റുനിന്ന് സ്വീകരിച്ചു. സിംഹം എല്ലാവരോടുമായി പറഞ്ഞു.

"നോക്കൂ, എന്റെ കുട്ടികളെ നോക്കൂ. ഇവരെ നിങ്ങൾക്ക് പരിചയപ്പെടുത്താനാണ് ഞാനിപ്പോൾ ഇങ്ങോട്ടു വന്നത്"

ഗ്രാമസഭാംഗങ്ങൾ ഓരോരുത്തരായി പറഞ്ഞു.

"നല്ല കുഞ്ഞുങ്ങൾ."

"നല്ല അഴകുള്ള ചിറകുകൾ."

"ഓമനത്തമുള്ള കുട്ടികൾ"

"സിംഹരാജാവിന് ചേർന്ന കുട്ടികൾ" അതൊക്കെകേട്ട് സഹികെട്ട അമ്മപക്ഷി ഉറക്കെയുറക്കെ പറഞ്ഞു.

"നിങ്ങളെന്തസംബന്ധമാണ് ഈ പറയുന്നത്. കണ്ടാലറിഞ്ഞുകൂടേ അതെന്റെ മക്കളാണെന്ന്. എന്താ. നിങ്ങളുടെയൊക്കെ കണ്ണ് കുരുടായിപ്പോയോ?"

അതിനിടയിൽ സിംഹം കുട്ടികളേയും കൂട്ടി അവിടെ നിന്ന് വിട പറഞ്ഞ് തിരികെ പോയി.

ഗ്രാമസഭ തങ്ങളെ സഹായിക്കാൻ കാര്യമായി ഒന്നും ചെയ്യുകയില്ലെന്ന് ബോദ്ധ്യമായ അച്ഛൻ പക്ഷി നാട്ടിലെ എല്ലാവരും അടങ്ങുന്ന ജനപ്രതിനിധി സഭയോട് തങ്ങളുടെ കഷ്ടങ്ങൾ എടുത്തുപറഞ്ഞ് കുട്ടികളെ വീണ്ടുകിട്ടാൻ ശ്രമിക്കുക എന്ന് തീർച്ചയാക്കി അതുകൊണ്ടൊന്നും ഒരു പ്രയോജനവും ഉണ്ടാകുകയില്ലെന്ന് പല സ്നേഹിതന്മാരും ഉപദേശിച്ചു; എങ്കിലും അച്ഛൻ പക്ഷിക്ക്

ജനപ്രതിനിധിസഭയിലുള്ള വിശ്വാസം തീരെ നശിച്ചിട്ടില്ലായിരുന്നു. വിവരങ്ങളെല്ലാം കേട്ടതിനുശേഷം കീരിച്ചേട്ടൻ അച്ഛൻ പക്ഷിയോട് സ്വകാര്യമായി ഉപദേശിച്ചു.

"പ്രതിനിധിസഭ വിളിച്ചുകൂട്ടുന്നത് നല്ലതു തന്നെ. പക്ഷേ എനിക്കതിലൊന്നും വലിയ വിശ്വാസമില്ല. എന്തായാലും നമ്മുടെ കുഞ്ഞുങ്ങളെ രക്ഷിക്കേണ്ടത് നമ്മുടെ ചുമതലയല്ലേ, അതുകൊണ്ട് നമുക്ക് മറ്റു ചില മുൻകരുതലുകളും എടുത്തേ മതിയാകൂ. നീ ഞാൻ പറയുന്നതുപോലെ ചെയ്യണം. എന്താ സമ്മതമാണോ?"

"അതേ."

"നീ ഒരു കാര്യം ചെയ്യ്. സഭ വിളിച്ചുകൂട്ടുന്നതിന് മുൻപായി സഭാമണ്ഡപത്തിന് വെളിയിൽ, കുറച്ചകലെയായി കുറ്റിച്ചെടികളും മറ്റും ഉള്ള ഒരു സ്ഥലം തിരഞ്ഞെടുത്ത് നീ മണ്ണുമാന്തി ഒരു തുരങ്കം ഉണ്ടാക്കണം. തുരങ്കം എനിക്കുപോകാൻ വേണ്ടത്ര വലിപ്പവും എന്നാൽ സിംഹത്തിന് കയറാൻ കഴിയാത്ത വിധം ഇടുങ്ങിയതും ആയിരിക്കണം. തുരങ്കത്തിന്റെ മറ്റേ അറ്റം ആ ചെറിയ എറുമ്പ് പുറ്റിന് അപ്പുറം വരെ എത്തുകയും വേണം. എന്താ മനസ്സിലായോ? അച്ഛൻ പക്ഷി എല്ലാംകേട്ട് തലയാട്ടി. അമ്മപക്ഷി ചോദിച്ചു.

"തുരങ്കം ഉണ്ടാക്കിയാൽ എന്റെ കുഞ്ഞുങ്ങളെ എങ്ങിനെ രക്ഷിക്കും.?"

"അതൊക്കെ ഞാൻ നിന്റെ കെട്ടിയോന്റെ അടുക്കൽ പറയാം. എന്താ പോരെ. എല്ലാം രഹസ്യമായിരിക്കണം. ഇന്നു രാത്രി തന്നെ ഈ പണിയെല്ലാം തീർക്കണം. നമുക്ക് കുട്ടികളെ രക്ഷിക്കാൻ വഴികണ്ടുപിടിക്കാം." പിന്നീട് കീരിച്ചേട്ടൻ അച്ഛൻ പക്ഷിയുടെ ചെവിയിൽ എന്തൊക്കെയോ രഹസ്യങ്ങൾ പറഞ്ഞു.

പറഞ്ഞുറപ്പിച്ചതുപോലെ ഇരുചെവിയറിയാതെ ഒട്ടകപക്ഷികൾ അന്നു രാത്രിതന്നെ എല്ലാ ജോലികളും തീർത്തു.

അച്ഛൻ പക്ഷിയുടെ ആവശ്യപ്രകാരം അടുത്തദിവസം ജനപ്രതിനിധിസഭ കൂടി. എല്ലാ പ്രതിനിധികളും സന്നിഹിതരായിരുന്നു. സിംഹവും. അദ്ധ്യക്ഷൻ കുറുനരി യോഗം ആരംഭിച്ചുകൊണ്ട് പറഞ്ഞു.

"ഇന്ന് നമുക്ക് അതിപ്രധാനമായ ഒരു കാര്യം തീർച്ചയാക്കാനുണ്ട്. നേരത്തെ സംസാരിച്ചതും ഒത്തു തീർപ്പിന് സാധ്യത ഇല്ലാത്തതുമായ ഈ കാര്യം ഒരു വോട്ടെടുപ്പിൽ കൂടി തീരുമാനിക്കുന്നത് ഉചിതമായിരിക്കും എന്നാണ് എന്റെ അഭിപ്രായം."

അദ്ദേഹം തുടർന്നു.

"പ്രശ്നം സിംഹരാജാവിന്റെ പക്കലുള്ള കുട്ടികളുടെ ഉടമസ്ഥാവകാശമാണ്. എല്ലാവർക്കും പ്രശ്നം നന്നായി അറിയാമെന്നുള്ളതുകൊണ്ട് ഞാൻ കൂടുതൽ വിവരണത്തിന് നിൽക്കുന്നില്ല. എല്ലാവരും എന്റെ

തീരുമാനത്തോട് യോജിക്കുമെന്ന് വിശ്വസിക്കട്ടെ."

എല്ലാവർക്കും വോട്ടെടുക്കുന്നതാണ് ശരി എന്ന അഭിപ്രായമായിരുന്നു.

പേടിച്ച് വിറച്ച് നിന്ന കുട്ടികളുമായി സിംഹവും അവിടെ എത്തിയിരുന്നു. സിംഹം എഴുന്നേറ്റ് നിന്ന് പറഞ്ഞു.

"വോട്ടെടുപ്പിനോട് എല്ലാവർക്കും യോജിപ്പുള്ളതുകൊണ്ട് നമുക്ക് സമയം വൈകിക്കാതെ വോട്ട് രേഖപ്പെടുത്തൽ തുടങ്ങാം." അദ്ദേഹം തുടർന്നു.

"എല്ലാവരും വോട്ട് രേഖപ്പെടുത്തി ഓരോരുത്തരായി എന്നെ ഏൽപിച്ചാൽ മതി. അല്ലെങ്കിൽ ഓരോരുത്തരായി അവരുടെ അഭിപ്രായം എന്നോട് പറഞ്ഞാൽ ഞാൻ തന്നെ അവർക്കുവേണ്ടി വോട്ട് രേഖപ്പെടുത്തുകയും ചെയ്യാം." അദ്ദേഹം ഒന്ന് നിർത്തിയിട്ട് വീണ്ടും പറഞ്ഞു.

"ഞാൻ പറഞ്ഞത് സഭാദ്ധ്യക്ഷന് സ്വീകാര്യമാണെന്ന് വിശ്വസിക്കട്ടെ."

"സമ്മതം തന്നെ." അദ്ധ്യക്ഷൻ പറഞ്ഞു.

"നമുക്ക് വോട്ട് രേഖപ്പെടുത്തൽ തുടങ്ങാം.

സിംഹം എഴുന്നേറ്റുനിന്ന് ഓരോരുത്തരെയായി തന്റെയടുത്തേക്ക് വിളിച്ച് ചോദിച്ചു.

"കുട്ടികൾ എന്റേതോ പക്ഷികളുടേതോ? വേഗം പറ"

സിംഹത്തിന്റെ മുമ്പിൽ ജീവഭയത്തോടെയല്ലാതെ ആർക്കെങ്കിലും നിൽക്കാൻ കഴിയുമോ? ഓരോരുത്തരായി സിംഹത്തിന്റെ മുമ്പിൽ എത്തിയ മൃഗങ്ങൾ.

"അങ്ങയുടേത്"

എന്ന് ഒറ്റ വാക്കിൽ ഉത്തരം പറഞ്ഞ് ധൃതിയിൽ സ്ഥലം വിട്ടു. കീരി നിരയിൽ ഒടുവിലായി മാത്രം സ്ഥാനം പിടിച്ചു. മറ്റെല്ലാവരുടേയും ഊഴം തീർന്നപ്പോൾ സിംഹം കീരിയോട് ചോദിച്ചു.

"ഇനി നീ കൂടി വോട്ടുചെയ്താൽ ഒരാളും എതിർക്കാതെതന്നെ കുട്ടികൾ എന്റേതാണെന്ന് തീർച്ചയാകും. അതുകൊണ്ട് വേഗം പറഞ്ഞോ. കുട്ടികൾ എന്റേതോ പക്ഷികളുടേതോ?"

അവിടെയുണ്ടായിരുന്ന എല്ലാവരേയും അതിശയിപ്പിച്ചുകൊണ്ട് കീരി പറഞ്ഞു.

സിംഹം കള്ളം പറയുന്നു. പച്ചക്കള്ളം. ചിറകുകളുള്ള കുട്ടികൾ ഒരിക്കലും സിംഹത്തിന്റെ കുട്ടികളാകാൻ സാധ്യതയില്ല. കുട്ടികൾ പക്ഷികളുടേതുതന്നെ"

അത്രയും പറഞ്ഞുതീർത്തിട്ട് കീരി ജീവനും കൊണ്ട് ഓടി. ക്രുദ്ധനായ സിംഹം പുറകെയും. അതിനിടയിൽ സിംഹരാജാവ് തന്റെ

കൂടെയുണ്ടായിരുന്ന കുട്ടികളെക്കുറിച്ച് മറന്നുപോയി. ഒട്ടകപക്ഷികൾ ഒട്ടും സമയം കളയാതെ കുട്ടികളെ കെട്ടഴിച്ച് അതിവേഗം അവരേയും കൊണ്ട് സ്വന്തം വീട് ലക്ഷ്യംവെച്ച് ഓടി രക്ഷപ്പെട്ടു. കീരി നേരേ ഓടിയത് ഒട്ടകപക്ഷി തയ്യാറാക്കിയിരുന്ന തുരങ്കം ലക്ഷ്യം വെച്ചാണ്. അത് ഒറ്റചാട്ടത്തിന് തുരങ്കത്തിനുള്ളിൽ കയറി മറ്റേ അറ്റത്തുകൂടി രക്ഷപ്പെട്ടു. പക്ഷേ കാര്യം മനസ്സിലാക്കാതെ സിംഹം കീരി കയറിയ തുരങ്കത്തിന്റെ വായിൽ എന്തുചെയ്യണമെന്ന് അറിയാതെ പകച്ചുനിന്നു. കൂടെക്കൂടെ അമർഷത്തോടെ മുരണ്ടു.

“എടാ ധിക്കാരീ. നീ എന്നെ അധിക്ഷേപിച്ചു. അല്ലേ. ഞാൻ നിന്നെ ഒരു പാഠം പഠിപ്പിക്കുന്നുണ്ട്.”

അന്ന് പകലും രാത്രിയും കീരി എപ്പോഴെങ്കിലും തിരികെ പുറത്തുവരുമെന്ന പ്രതീക്ഷയാടെ സിംഹം കാത്തിരുന്നു. സഹികെട്ട് തിരികെ പോയി നോക്കിയപ്പോഴാണ് പക്ഷിക്കുട്ടികളും രക്ഷപ്പെട്ട് പോയിരിക്കുന്നു എന്ന് അദ്ദേഹം മനസ്സിലാക്കിയത്. താൻ തികച്ചും കബളിപ്പിക്കപ്പെട്ടിരിക്കുന്നു എന്ന് മനസ്സിലാക്കിയ സിംഹം വിഷണ്ണനായി സ്വന്തം ഗുഹയിലേക്ക് മടങ്ങി. ഈകഥ വായിച്ചതിനുശേഷം നാം സാധാരണ പറയാറുള്ളതുപോലെ ‘പാവം സിംഹം’ എന്നു പറയാൻ നിങ്ങൾക്ക് കഴിയുമോ? ആലോചിച്ച് നിങ്ങൾ തന്നെ ഒരു തീരുമാനത്തിൽ എത്തിച്ചേരണം.

ഏറ്റവും ശക്തനായ ഭർത്താവ്

ഇത് ഫ്രഞ്ച് വടക്കൻ ആഫ്രിക്ക എന്നറിയപ്പെട്ടിരുന്ന അൽജീരിയ, മൊറോക്കോ, ലിബിയ മുതലായ സ്ഥലങ്ങളിൽ പ്രചാരത്തിലുണ്ടായിരുന്ന ഒരു കഥയാണ്. എന്നിരുന്നാലും ഇതേകഥ ചില ചില്ലറ പാഠഭേദങ്ങളോടെ മറ്റ് പല സ്ഥലങ്ങളിലും പ്രചാരത്തിൽ ഉണ്ടായിരുന്നിരിക്കണം. ഉദാഹരണത്തിന് ഉണ്മ പബ്ളിക്കേഷൻസിന്റെ കൊറിയൻ നാടോടിക്കഥകളിലെ 'കുമാരി ഇുരപ്പന് ഒരു വിവാഹാലോചന' എന്ന കഥ വായിച്ചുനോക്കുക.

പണ്ടൊരിക്കൽ ജീവിച്ചിരുന്ന ഒരു സന്യാസിയുമായി ബന്ധപ്പെട്ടതാണ് ഈ കഥ. അദ്ദേഹത്തിന് പല ദിവ്യശക്തികളും ഉണ്ടായിരുന്നു എന്ന് ആ നാട്ടുകാർ വിശ്വസിച്ചിരുന്നു. അദ്ദേഹം മനസ്സിൽ ആഗ്രഹിക്കുന്നതെല്ലാം ഉടനേ നടക്കുമെന്നതിൽ ആർക്കും സംശയം ഇല്ലായിരുന്നു. ഒരു ദിവസം അദ്ദേഹം സമുദ്രതീരത്ത് നിശ്ചലനായി ഇരിക്കുമ്പോൾ ഒരു പരുന്ത് ഒരു എലിക്കുഞ്ഞിനെ റാഞ്ചിക്കൊണ്ട് ഉയരത്തിൽ പറന്നുപോകുന്നത് കാണാനിടയായി. അദ്ദേഹം വിചാരിച്ചു.

"പാവം എലിക്കുഞ്ഞ്."

അപ്പോളാണ് അത് സംഭവിച്ചത്. എലിക്കുഞ്ഞ് പരുന്തിന്റെ നഖങ്ങൾക്കിടയിൽ നിന്ന് പിടിവിട്ട് താഴേക്ക് വീണു. ചെന്നുവീണത് സന്യാസി വര്യന്റെ മടിയിലും.

സന്യാസി ആ എലിക്കുഞ്ഞിനെ സ്നേഹത്തോടെ തലോടിആശ്വാസം പകർന്നു. അദ്ദേഹം അതിനെ തന്റെ കയ്യിലുണ്ടായിരുന്ന ഒരു ഇലക്കഷ്ണത്തിൽ പൊതിഞ്ഞ് സ്വന്തം വീട്ടിലേക്ക് കൊണ്ടുപോയി. പക്ഷേ ആ എലിക്കുഞ്ഞിനെ തന്റെ ഭാര്യയും മറ്റ് കുടുംബാംഗങ്ങളും സ്നേഹത്തോടെ സ്വീകരിക്കുമോയെന്ന് അദ്ദേഹത്തിന് സംശയമുണ്ടായിരുന്നു. അതുകൊണ്ട് അദ്ദേഹം ദൈവത്തോട് പ്രാർത്ഥിച്ചു.

“കരുണാമയനേ, ഈ എലിക്കുഞ്ഞിനെ സുന്ദരിയായ ഒരു മനു ഷ്യക്കുട്ടിയായി കാണാൻ ഞാനാഗ്രഹിക്കുന്നു.”

ഉടനെ തന്നെ, അദ്ദേഹം ആഗ്രഹിച്ചതുപോലെ എലിക്കുട്ടി മനുഷ്യ രൂപം പൂണ്ട് തന്റെ മുൻപിൽ പ്രത്യക്ഷപ്പെട്ടു. കാണാൻ കൗതുകമുള്ള ഒരു കൊച്ചുസുന്ദരിക്കുട്ടി. വീട്ടിൽ എത്തിയതും സന്യാസി ഭാര്യയെ വിളിച്ച് പറഞ്ഞു.

“ഇതാ ഒരു നല്ല മിടുമിടുക്കി കുട്ടി. എനിക്ക് സ്നേഹവും താൽപര്യ വും ഉള്ള കുട്ടിയാണ് ഇതെന്ന് നീ മനസ്സിലാക്കണം. ഈ കുട്ടിയെ എല്ലാവിധ സ്നേഹവും നൽകി നന്നായി സംരക്ഷിക്കണമെന്ന് ഞാനാഗ്രഹിക്കുന്നു.”

“അങ്ങിനെയാകട്ടെ” ഭാര്യയും സമ്മതിച്ചു. അങ്ങിനെ അവൾ സന്യാസിയുടെ വീട്ടിൽ അദ്ദേഹത്തിന്റെ സ്വന്തം മകളെപ്പോലെ ജീവിച്ചു. കാലം കടന്നുപോയി. അവൾ വളർന്ന് വലുതായി പുഷ്പിണി യായി. കല്യാണ പ്രായമെത്തിയ അവളെ സന്യാസി ഒരു ദിവസം അടുത്തുവിളിച്ച് പറഞ്ഞു.

“മകളേ, നിനക്ക് കല്യാണത്തിന് സമയമായിരിക്കുന്നു. പക്ഷേ നിന്റെ ഭർത്താവ് എത്തരത്തിലുള്ളവനായിരിക്കണം എന്ന് പറയാ നുള്ള സ്വാതന്ത്ര്യം നിനക്കുണ്ട്. അതുകൊണ്ട് നീ പറയൂ, നിന്റെ ഭർത്താവ് എങ്ങിനെ ഉള്ളവൻ ആയിരിക്കണമെന്ന്.”

“അച്ഛാ. എന്നോട് അഭിപ്രായം ചോദിച്ചതുകൊണ്ട് ഞാൻ പറയാം. എന്റെ ഭർത്താവായിരിക്കണം ലോകത്തിൽ മറ്റാരേക്കാളും ശക്തിമാൻ.”

“ഓ. അങ്ങിനെയോ? ഒരു പക്ഷേ നിനക്ക് ചേർന്നവൻ സൂര്യൻ തന്നെയായിരിക്കണം അല്ലേ?”

“അത് അച്ഛൻ തന്നെ തീർച്ചപ്പെടുത്തണം.”

സന്യാസി അടുത്ത് സൗകര്യമായ ഒരു ദിവസം സൂര്യനെ സമീപിച്ചു.

“ഹേ സൂര്യാ. എനിക്ക് അതിസുന്ദരിയായ ഒരു മകളുണ്ട്. അവളുടെ ആഗ്രഹം ഏറ്റവും ശക്തിമാനായ ആളിനെ ഭർത്താവായി ലഭിക്കണം എന്നാണ്. അങ്ങ് അവളെ വിവാഹം കഴിക്കണമെന്ന് ഞാൻ ആഗ്ര ഹിക്കുന്നു.”

“അങ്ങയുടെ മകളുടെ ആഗ്രഹം തികച്ചും സ്വാഗതാർഹമാണ്. പക്ഷേ ഏറ്റവും ശക്തിമാൻ എന്ന പദവിക്ക് ഞാൻ തീരെ അർഹനല്ല. ആ കാർമേഘത്തെ നോക്കൂ. അവന്റെ മുമ്പിൽ ഞാൻ നിഷ്പ്രഭനാണ്. എന്നേക്കാൾ എത്രയോ ശക്തനാണ് അദ്ദേഹം. എന്റെ അഭിപ്രായം

അങ്ങ് ആ കാർമേഘത്തേക്കണ്ട് സംസാരിക്കണം എന്നാണ്"

സന്യാസി ഒട്ടും താമസിയാതെ കാർമേഘത്തെക്കണ്ട് തന്റെ ആവശ്യം അറിയിച്ചു.

"ഹേ. സന്യാസി. അങ്ങയുടെ മകളുടെ ആഗ്രഹം ശ്ലാഘനീയം തന്നെ. പക്ഷേ ഞാനാണ് ശക്തനെന്ന അങ്ങയുടെ നിഗമനം തെറ്റാണ്. ശക്തമായി അടിച്ചുകൊണ്ടിരിക്കുന്ന ഈ കാറ്റും ആ നിൽക്കുന്ന പർവ്വതശിഖരങ്ങളും എന്നെക്കാൾ എത്രയോ കൂടുതൽ ശക്തിയുള്ളവയാണ്. അങ്ങ് അവരെ അങ്ങയുടെ ആവശ്യം അറിയിച്ചാലും." കാർമേഘം പറഞ്ഞു.

സന്യാസി ഒട്ടും സമയം കളയാതെ ഏറ്റവും ഉയർന്ന പർവ്വത ശിഖരത്തെ സമീപിച്ചു.

"ഹേ. പർവ്വതശ്രേഷ്ഠാ. അങ്ങ് എന്റെ മകളെ വിവാഹം കഴിക്കുമോ?"

പർവ്വതം വിനയത്തോടെ പറഞ്ഞു.

"ഹേ. സന്യാസി ശ്രേഷ്ഠാ. ഞാനിവിടെ ജീവിക്കുന്നത് ആരെയൊക്കെ ഭയന്നാണെന്ന് അങ്ങക്ക് അറിയത്തില്ലല്ലോ. ഉദാഹരണത്തിന് ഭൂമിയിൽ എന്റെ പാദങ്ങൾ പതിച്ചിട്ടുള്ള സ്ഥലം അങ്ങ് നോക്കൂ. അവിടെ താമസിക്കുന്ന എലികൾ എപ്പോഴും എന്റെ പാദങ്ങളിൽ മാന്തി മാന്തി പോടുകൾ ഉണ്ടാക്കി എന്റെ ശക്തി ക്ഷയിപ്പിച്ചുകൊണ്ടിരിക്കുകയാണ്. എനിക്ക് അവർക്കെതിരായി ഒന്നും ചെയ്യാൻ കഴിയുന്നില്ല. അവരുടെ മുൻപിൽ ഞാനും തികച്ചും അശക്തനാണ്. അതുകൊണ്ട് എന്റെ വിനീതമായ അഭിപ്രായം അങ്ങ് അവരിൽ ശക്തനായ ഒരു ചെറുപ്പക്കാരനെ അങ്ങയുടെ മകളുടെ ഭർത്താവായി തിരഞ്ഞെടുക്കണം എന്നാണ്. അതായിരിക്കും കൂടുതൽ ഉചിതമെന്നാണ് എന്റെ അഭിപ്രായം." സന്യാസി എലികളുടെ തലവനെ ചെന്നുകണ്ടു. വിവരങ്ങൾ കേട്ടതിനുശേഷം അദ്ദേഹം പറഞ്ഞു.

"എന്റെ മകന് അങ്ങയുടെ മകളെ വിവാഹം കഴിക്കാൻ സന്തോഷമായിരിക്കും. പക്ഷേ ചില പ്രശ്നങ്ങൾ ഉണ്ട്."

"എന്താണെന്ന് കേൾക്കട്ടെ. എല്ലാത്തിനും പരിഹാരം ഉണ്ടാക്കാം."

"സാധാരണയായി ഞങ്ങൾ എലികൾ, ഞങ്ങളുടെ കൂട്ടത്തിൽ നിന്ന് മാത്രമാണ് വിവാഹം കഴിക്കുന്നത് അങ്ങയുടെ മകൾ ഞങ്ങളുടെ വർഗത്തിൽ പെട്ടവൾ അല്ലല്ലോ."

"ശരി. വേറെന്തെങ്കിലും?"

ഞങ്ങളുടെ വീടുകളും അവയുടെ വാതിലുകളും അത്ര ഉയരമോ

വിസ്താരമോ ഉള്ളവയല്ല. അങ്ങയുടെ മകൾ എന്റെ മകനെ വിവാഹം കഴിച്ച് ഇവിടെ വന്നാൽ എങ്ങിനെ ഈ വീട്ടിൽ താമസിക്കും?"

"ശരി. ഈ പ്രശ്നങ്ങൾക്ക് പരിഹാരം ഉണ്ടാക്കാൻ ഞാൻ ശ്രമിക്കാം." അത്രയും പറഞ്ഞിട്ട് സന്യാസി തിരികെ സ്വന്തം വീട്ടിലേക്ക് പോയി. വിവരങ്ങളെല്ലാം മകളോടും ഭാര്യയോടും മറ്റ് കുടുംബാംഗങ്ങളോടും പറഞ്ഞു. മകൾക്ക് എലിക്കുട്ടനെ വിവാഹം കഴിക്കുന്നതിൽ സമ്മതക്കേട് ഒന്നും ഇല്ലായിരുന്നു. അവൻ എല്ലാവരിലും വെച്ച് ശക്തനാണെന്ന് അംഗീകരിക്കപ്പെട്ട ഒരേ കാരണത്താൽ അവൾക്ക് അവനോട് സ്നേഹവും ബഹുമാനവും തോന്നി.

സന്യാസിയുടെ അഭിപ്രായപ്രകാരം എല്ലാവരും എലിയുടെ വീട്ടിൽ ചെന്നു. എലിയും കുടുംബവും വാതിൽക്കൽ തന്നെ ഉണ്ടായിരുന്നു. സന്യാസി എല്ലാവരുടേയും മുമ്പിൽ ഈശ്വരനെ പ്രാർത്ഥിച്ചു.

"കരുണാമയനായ ദൈവമേ. എന്റെ മകൾക്ക് അവളുടെ സ്വന്തം രൂപം തിരിച്ച് നൽകേണമേ"

എല്ലാവരേയും ആശ്ചര്യപ്പെടുത്തിക്കൊണ്ട് അവൾ ഒരു സുന്ദരിയായ എലിപ്പെണ്ണായി മാറി. മാത്രമല്ല അടുത്തുനിന്ന എലിക്കുട്ടനോടൊപ്പം സന്തോഷത്തോടെ എലികളുടെ മാളത്തിലേക്ക് ഓടി ഒളിക്കുകയും ചെയ്തു.

സിംഹവും മുയലും

ഇത് സൻസിബറിൽ സ്വാഹിലി ഭാഷയിൽ പ്രചാരത്തിലുള്ള ഒരു കഥയാണ്. ഈ കഥയിലെ കഥാനായകനായ സിംഹത്തിന് കുറച്ചു നാളായി മുയലിറച്ചി കഴിക്കാൻ അടക്കാനാകാത്ത കൊതി. സിംഹം മുയലിനെ പിടിക്കാൻ പല പ്രാവശ്യം ശ്രമിച്ചുവെങ്കിലും കഴിഞ്ഞില്ല. അന്നൊരുദിവസം മുയലിനെത്തേടി സിംഹം ചുറ്റുപാടെല്ലാം നടന്നു. പലരോടും ചോദിച്ചു.

“ആ മുയലിന്റെ വീട് എവിടെയാ. നിങ്ങളാരെങ്കിലും അവനെ കണ്ടോ? അവനെ എനിക്കൊന്ന് കാണിച്ചുതരാമോ?”

പക്ഷേ അവരിൽ നിന്നെല്ലാം കിട്ടിയ മറുപടി പ്രോത്സാഹജനകമായിരുന്നില്ല.

“എനിക്കറിയില്ല.” അതായിരുന്നു ഓരോരുത്തരുടേയും മറുപടി.

മുയലും ഭാര്യയും സിംഹം തങ്ങളെ അന്വേഷിച്ച് നടക്കുന്ന വിവരം അറിയാനിടയായി. മുയൽ കുറേ നേരം ആലോചിച്ചതിനു ശേഷം ഭാര്യയോട് പറഞ്ഞു.

“നമുക്ക് കുറച്ചുദിവസത്തേക്ക് നമ്മുടെ വീട്ടിൽ നിന്ന് ഒന്ന് മാറി താമസിക്കാം. അവർ അത്യാവശ്യ സാധനങ്ങൾ മാത്രം എടുത്തുകൊണ്ട് മറ്റൊരു സ്ഥലത്തേക്ക് ഉടനേതന്നെ മാറി. മുയൽ വീണ്ടും കുറച്ചുനേരം ആലോചിച്ചിരുന്നു.

സിംഹം വീണ്ടും പലരോടും മുയലിന്റെ വീട് എവിടെയാണെന്ന് തിരക്കി. ഒരാൾ സിംഹത്തിനോട് പറഞ്ഞു.

“ദാ. നോക്കൂ. ആ കാണുന്ന മലയുടെ മുകളിൽ ഒരു ചെറിയ ഗുഹയിലാണ് താങ്കൾ അന്വേഷിക്കുന്ന മുയൽ താമസിക്കുന്നത്.”

“അവൻ ഇപ്പോൾ അവിടെ ഉണ്ടോ?”

“അതെനിക്കറിയത്തില്ല. ഇന്നലെവരെ ഉണ്ടായിരുന്നു എന്ന്

തീർച്ചയാണ്." സിംഹം ഉടനേതന്നെ മുയലിന്റെ വീട് ലക്ഷ്യമാക്കി നടന്നു.

മുയൽ കുറേ നേരത്തെ ആലോചനക്കു ശേഷം ഭാര്യയോട് പറഞ്ഞു.

" നീ ഇവിടെത്തന്നെ ഇരുന്നോ. ഞാനാ സിംഹം എന്തുചെയ്യുന്നു എന്ന് നോക്കിയിട്ട് വരാം."

"അതു വേണ്ട. നിങ്ങൾ തനിയെ പോകണ്ട. ഞാൻ കൂടി വരാം."

"നീ ഒട്ടും പേടിക്കണ്ട. നമ്മൾ രണ്ടുപേരും കൂടി പോയാൽ ശരിയാകത്തില്ല. നീ ധൈര്യമായി ഇവിടെയിരിക്ക്. ഞാൻ വേഗം തിരിച്ചുവരും."

മുയൽ വഴിയോരത്തുകൂടി സിംഹത്തിന്റെ കണ്ണിൽ പെടാതിരിക്കാൻ ശ്രദ്ധിച്ച് നടന്നു. കുറേ മുന്നോട്ട് നടന്നപ്പോൾ വഴിയിൽ ആരുടെയോ കാൽപാടുകൾ കാണാനിടയായി. കൂടുതൽ ശ്രദ്ധിച്ച് നോക്കിയപ്പോൾ അവ സിംഹത്തിന്റേതാണെന്ന് മനസ്സിലായി. സിംഹം പോയ വഴിയേ മുയലും നടന്നു. ചെന്നെത്തിയതോ? ഇന്നലെ വരെ താനും ഭാര്യയും താമസിച്ചിരുന്ന സ്വന്തം വീടിന്റെ മുൻപിൽ. മുയൽ സ്വയം വിചാരിച്ചു.

"ഈ കാൽപാടുകൾ കണ്ടാൽ മനസ്സിലാകും, ആ ക്രൂരൻ എന്റെ വീട്ടിനുള്ളിൽ കയറിയിട്ടുണ്ട് എന്ന്. പക്ഷേ അവൻ തിരികെ പോന്നതായി തോന്നുന്നുമില്ല. അപ്പോൾ അവൻ വീട്ടിനകത്തുതന്നെ കാണും?

മുയൽ തന്റെ വീടിന്റെ മുൻപിൽ ചെന്നു നിന്നു. സിംഹം അത് ശ്രദ്ധിച്ചുവെങ്കിലും വിചാരിച്ചു.

'ഈ വമ്പൻ മുയലിനെ ഇന്ന് എന്റെ കെണിയിലാക്കണം. ഞാൻ ഇതിനകത്ത് ഒളിച്ചിരുന്നാൽ അവൻ അകത്ത് കയറി വരും. ആ തക്കം നോക്കി അവനെ പിടിക്കാം.? സിംഹം വീടിന്റെ ഒരു കോണിൽ ഒതുങ്ങി നിന്നു. അവന്റെ വീടല്ലേ? അവൻ കയറി വരാതിരിക്കില്ല?

പക്ഷേ മുയലിന്റെ ബുദ്ധി മറ്റൊരുതരത്തിലാണ് പ്രവർത്തിച്ചത്. മുയൽ വീടിന്റെ മുൻപിൽ നിന്ന് ഉച്ചത്തിൽ പറഞ്ഞു.

"സലാം വീടേ. സലാം."

ഒരു നിമിഷത്തെ ഇടവേളക്കുശേഷം വീണ്ടും പറഞ്ഞു.

"ഇതെന്താ, എന്റെ വീടിന് എന്തു സംഭവിച്ചു. എന്നും ഞാൻ സലാം പറഞ്ഞാൽ തിരികെ സലാം പറയുന്ന വീട് ഇന്നെന്താ

സലാം പറയാത്തത്. ഒരു പക്ഷേ ഞാനറിയാതെ മറ്റാരെങ്കിലും വീടിനുള്ളിൽ കയറിയിട്ടുണ്ടോ. ഏതായാലും ഒന്നുകൂടി ശ്രമിക്കാം."

"സലാം വീടേ, സലാം."

മുയൽ ഉറക്കെ പറഞ്ഞതെല്ലാം കേട്ട സിംഹം വിചാരിച്ചു.

'ഞാൻ തിരികെ സലാം പറഞ്ഞില്ലെങ്കിൽ അവൻ ഇങ്ങോട്ട് കയറാതെ തിരികെ പോയെന്ന് വരാം.'

സിംഹം ഉറക്കെ അലറി.

"സലാം."

"ഓ. അപ്പോൾ നീ അകത്തുതന്നെയുണ്ട്. അല്ലേ?"

അതും പറഞ്ഞ് മുയൽ തിരിച്ച് ഓടാൻ തുടങ്ങി. മണ്ടത്തരം മനസ്സിലാക്കിയ സിംഹം മുയലിന്റെ പുറകെ ഓടാൻ തുടങ്ങി. മുയൽ തന്റെ സ്വതസിദ്ധമായ കൗശലത്തോടെ വേഗത്തിൽ ഓടി. പുറകെ സിംഹവും. പക്ഷേ കുറേ കഴിഞ്ഞപ്പോൾ സിംഹം ക്ഷീണിച്ചു. ഓടാൻ കഴിയാതെ ഓട്ടം നിർത്തി.

പാവം സിംഹം. അന്ന് മുയലിറച്ചി വേണ്ടെന്നു വെച്ച് തിരികെ സ്വന്തം ഗുഹയിലേക്ക് നടന്നു. അവശനായി നടന്നുപോകുമ്പോൾ സിംഹം വിചാരിച്ചു. 'ശെ. ഈ മുയലിറച്ചി ഞാൻ വിചാരിച്ച അത്ര സ്വാദുള്ളതൊന്നുമല്ല.'

തവളയും പാമ്പും സ്നേഹിതരായപ്പോൾ

അമ്മതവളക്ക് ഒരു മകനുണ്ടായിരുന്നു. ഒരു കുസൃതിക്കുട്ടക്ക. ഒരിടത്തും സ്വസ്ഥമായി ഒന്നിരിക്കുകയില്ല. എപ്പോഴും ചാട്ടമാണ്. ചാടിച്ചാടി അവിടെയെല്ലാം വട്ടമിട്ട് നടക്കും. അമ്മ പാമ്പിനും ഒരു മകനുണ്ടായിരുന്നു. അവനും ഒരു കുസൃതിക്കുട്ടൻ തന്നെയായിരുന്നു. ഇഴഞ്ഞിഴഞ്ഞ് എല്ലായിടത്തും കയറിയിറങ്ങി നടക്കും.

അന്നൊരുദിവസം അമ്മതവള മകനോട് പറഞ്ഞു.

"മോനേ, നീ വേണമെങ്കിൽ നമ്മുടെ വീടിന്റെ ചുറ്റുപാടും കുറച്ച് നടന്നിട്ടുവാ. പക്ഷേ, കാട്ടിനുള്ളിലേക്ക് ഒറ്റയ്ക്ക് ഒരു പാടു ദൂരം പോകാൻ പാടില്ല. അതുപോലെ ഇഴഞ്ഞു നടക്കുന്ന, വാ പൊളിച്ച് നാക്കുനീട്ടി ഇരപിടിക്കുന്ന ഒന്നിനോടും കൂട്ടുകൂടരുത്. അങ്ങനെ വല്ല ജന്തുവിനേയും കണ്ടാൽ നീ ഉടനെ തിരികെ പോരണം. എന്താ പറഞ്ഞതൊക്കെ മനസ്സിലായോ?"

"മനസ്സിലായമ്മേ."

കുട്ടിതവളക്ക് സന്തോഷമായി, ചുറ്റിനും നടന്ന് ലോകമൊക്കെ ഒന്ന് കണ്ടിട്ട് വരാമല്ലോ. എത്രനാളാ വീട്ടിൽതന്നെ കഴിയുക. അവൻ ചാടിച്ചാടി പുറത്തേക്ക് പോയി.

അതേദിവസം തന്നെയാണ് അമ്മപാമ്പ് മകനോട് പറഞ്ഞത്.

"മോനേ, നീ വീട്ടിൽ തന്നെ ഇരിക്കുകയല്ലേ? ഇനി കുറേശ്ശ പുറം ലോകവുമായി പരിചയപ്പെടേണ്ടേ? അതുകൊണ്ട് നമ്മുടെ വീടിന് ചുറ്റുമുള്ള കുറ്റിക്കാടുകളിലൊക്കെ ഒന്ന് ചുറ്റിയിട്ടുവാ. പക്ഷേ ഒരു കാര്യം. ചാടിച്ചാടി നടക്കുന്നവരേയോ, നാക്കുനീട്ടി ഭക്ഷണം പിടിക്കുന്നവരേയോ ഒക്കെ കണ്ടാൽ മോൻ അവരുടെ അടുത്ത് പോകരുത്. അതുപോലെ, കുറേക്കൂടി ലോകപരിചയം കിട്ടുന്നതു വരെ വലിയ കാട്ടിനകത്തേക്കൊന്നും പോകണ്ട. പറഞ്ഞതൊക്കെ

മനസ്സിലായോ?"

"ശരിയമ്മേ."

അങ്ങനെ തവളമകനും, പാമ്പുമകനും പുറം ലോകം കാണാൻ യാത്രതിരിച്ചത് ഒരേ ദിവസമായിരുന്നു. ഏതാണ്ട് ഒരേ സമയത്തും. ദിവസവും സമയവുമൊക്കെ അങ്ങനെയായത് തികച്ചും യാദൃശ്ചികമായിരുന്നു.

വഴിയിൽ, കുട്ടിപാമ്പിനെ ആദ്യം കണ്ടത് കുട്ടിതവളയായിരുന്നു. ആദ്യമായി അന്നുവരെ കണ്ടിട്ടില്ലാത്ത ഒരു പുതിയ ജീവിയെ കണ്ടാലുണ്ടാകുന്ന ഭയവും, പരിഭ്രമവും, ആകാംക്ഷയും, ജിജ്ഞാസയും, കൗതുകവും എല്ലാം ഒരേ സമയത്ത് കുട്ടിതവളക്ക് അനുഭവപ്പെട്ടു, എന്നു പറഞ്ഞാൽ തെറ്റാവില്ല. എങ്കിലും അല്പനിമിഷങ്ങൾക്കുള്ളിൽ ധൈര്യം അവലംബിച്ച് തവള പറഞ്ഞു.

"ഏ. നിൽക്ക്. നിൽക്ക്. നീ ആരാ? നിന്റെ പേരെന്താ?"

"ശരി. ഞാനാരാണെന്ന് പറയുന്നതിന് മുൻപ് നീ ആരാണെന്ന് അറിയട്ടെ?"

"ഞാൻ തവളമകൻ. എന്റെ വീട് ഇവിടെ അടുത്താണ്."

"ഞാൻ പാമ്പുമകൻ. എന്റെ വീടും ഇവിടെ അടുത്തുതന്നെയാണ്." തുടർന്ന് പാമ്പുമകൻ ചോദിച്ചു.

"നീ ഇപ്പോൾ എവിടെ പോകുന്നു.?"

"വെറുതെ ഒന്നു നടക്കാൻ ഇറങ്ങിയതാ. ഈ ലോകമൊക്കെ ഒന്ന് ചുറ്റിക്കറങ്ങി കാണാമെന്ന് വിചാരിച്ചു."

"ഓ. അങ്ങിനെയോ? ഞാനും അതിനുതന്നെയാണ്, അപ്പോൾ നമുക്ക് ഒരുമിച്ച് ഇവിടെയെല്ലാം നടന്നുകാണാം."

"അത് നല്ല കാര്യം തന്നെ. നമുക്ക് കൂട്ടുകാരായി ഇവിടെയൊക്കെ നടക്കാം. വർത്തമാനം പറഞ്ഞ് നടക്കുകയും ഇടക്ക് കളിക്കുകയും ചെയ്യാം."

"അതെ. അപ്പോൾ നല്ല രസമായിരിക്കും. അല്ലേ?"

അങ്ങനെ തവളമകനും പാമ്പുമകനും നല്ല ചങ്ങാതിമാരായി അന്ന് പകൽ മുഴുവനും അവിടെയെല്ലാം ചുറ്റി നടന്നു. പലകളികളും കളിച്ചു. പലതും പറഞ്ഞു. നേരം വൈകാറായപ്പോൾ പാമ്പുമകൻ പറഞ്ഞു.

"സമയം കുറേ അധികമായെന്ന് തോന്നുന്നു. ഇനി വീട്ടിൽ പോകാം. കൂടുതൽ താമസിച്ചാൽ അമ്മ വഴക്കുപറയും."

"അതേയതേ. എന്റെ അമ്മയും വഴക്കുപറയും. പക്ഷേ നമുക്കിനി എന്നും കൂട്ടുകാരായിരിക്കണം."

"ശരിയാ. നീ നാളെ വരില്ലേ? നാളെയും നമുക്ക് ഇതുപോലെ നല്ല ജോളിയായിട്ട് കളിക്കാം. സത്യം പറയാമല്ലോ? നീയാണ് എന്റെ ഏറ്റവും നല്ല കൂട്ടുകാരൻ"

"ശരിയാ, നീ എന്റേയും. ഞാൻ നാളെ തീർച്ചയായും വരാം."

അവർ രണ്ടുപേരും അവരവരുടെ വീടുകളിലേക്ക് പുറപ്പെട്ടു. വീട്ടിൽ എത്തിയപ്പോൾ തവളയമ്മ ചോദിച്ചു.

"മോനേ. നീ ഇതുവരെ എവിടെയായിരുന്നു?"

"അമ്മേ, ഞാനെന്റെ കൂട്ടുകാരനുമൊത്ത് കളിക്കുകയായിരുന്നു. ദാ, ഇങ്ങനെ" തവളമകൻ പാമ്പ് ഇഴയുന്നതുപോലെ ഇഴഞ്ഞുകാണിച്ചു.

"എന്താമകനേ, പതിവില്ലാതെ ഇങ്ങനെ ഇഴയുന്നത്.?"

"ഇങ്ങനെയാ അമ്മേ, എന്റെ കൂട്ടുകാരൻ നടക്കുന്നത്." അവൻ തുടർന്നു. "ഞങ്ങളു രണ്ടുപേരും ഒരുപാടു നേരം ഒന്നിച്ച് കളിച്ചു. അമ്മേ."

"എന്ത്, നിന്റെ കൂട്ടുകാരനോ? ആരാ ആ പുതിയ കൂട്ടുകാരൻ?"

"പാമ്പുമകനാണമ്മേ. നല്ല കൂട്ടുകാരൻ. എന്റെ ഏറ്റവും നല്ല കൂട്ടു കാരൻ അവനാണമ്മേ."

അതുകേട്ടതും ആ അമ്മക്ക് ആകെ പരിഭ്രമമായി.

"എന്ത്? പാമ്പുമകൻ നിന്റെ കൂട്ടുകാരനാണെന്നോ?" തവളയമ്മ തുടർന്നു.

"മോനേ. നിനക്കൊന്നും പറ്റിയില്ലല്ലോ? മോനിങ്ങുവാ. അമ്മേടെ അടുത്തുവന്നിരിക്ക്."

തവളമകൻ അമ്മയോട് ചേർന്നിരുന്നു. തവളയമ്മ മകനെ കെട്ടി പ്പിടിച്ച് ഉമ്മവെച്ചിട്ട് പറഞ്ഞു.

"മോനേ. പാമ്പുകൾ നമ്മുടെ ശത്രുക്കളാണ്."

"ശത്രുക്കളോ?"

"അതെ മോനേ. പാമ്പുകൾ എന്നും നമ്മുടെ വർഗ ശത്രുക്കളാണ്. അവ വിഷമുള്ള പല്ലുകൾ കൊണ്ട് കൊത്തി നമ്മെ കൊന്നുകളയും. ചിലപ്പോൾ നമ്മുടെ ദേഹത്ത് അവയുടെ നീണ്ട ശരീരം ചുറ്റിവളച്ച് ഇറുക്കി നമ്മേ ശ്വാസം മുട്ടിച്ച് കൊല്ലും. ഇതൊന്നുമല്ലെങ്കിൽ തരം കിട്ടിയാൽ അവ നമ്മേ മുഴുവനോടെ വിഴുങ്ങിക്കളയും, അതുകൊണ്ട് എന്റെ പൊന്നുമോൻ ഇനി പാമ്പുമകന്റെ അടുക്കൽ കൂട്ടിന് പോകണ്ട. കേട്ടോ."

"ശരിയോ അമ്മേ? പക്ഷേ പാമ്പു മകൻ ഇന്ന് എത്ര നന്നായിട്ടാണ്

എന്റെ കൂടെ കളിച്ചത്?"

"ശരിയാ മോനേ. അമ്മ പറയുന്നത് എന്റെ മോൻ കേൾക്കണം. ഇനി പാമ്പു മകന്റെ കൂട്ട് നിനക്കുവേണ്ട. അവൻ അപകടകാരിയാണ്. എപ്പോഴാണ് അവന്റെ തനിസ്വഭാവം കാണിക്കുന്നതെന്ന് നമുക്കറിയില്ലല്ലോ? എന്റെ നല്ല കുട്ടൻ അമ്മ പറയുന്നത് അനുസരിക്കുകയില്ലേ?"

അല്പം ഇഷ്ടക്കേടോടെയാണെങ്കിലും തവളമകൻ അമ്മ പറയുന്നത് അനുസരിക്കാൻ തന്നെ തീരുമാനിച്ചു. അതേ സമയം പാമ്പുമകന്റെ വീട്ടിലും ഇതേപോലെ ഒരു രംഗം നടക്കുകയായിരുന്നു. വീട്ടിലെത്തിയ പാമ്പുമകൻ അമ്മയോട് പറഞ്ഞു.

"അമ്മേ, എനിക്ക് നന്നായി വിശക്കുന്നു. കഴിക്കാൻ എന്തെങ്കിലും വേഗം താ."

"അതെന്താ മോനേ ഇന്ന് പതിവിലും അധികം വിശപ്പ്? ഞാനിതൊക്കെ ഒന്ന് ഒരുക്കട്ടെ. ഒരല്പസമയം ക്ഷമിക്ക്."

"ശരി. അമ്മ ഭക്ഷണം പാകം ചെയ്യുന്നതിനിടയിൽ ഞാനമ്മയ്ക്ക് ഒരു പുതിയതരം നടത്തം കാണിച്ചുതരും."

അത്രയും പറഞ്ഞിട്ട് അവൻ പലപ്രാവശ്യം തവള ചാടുന്നതുപോലെ ചാടിക്കാണിച്ചു. പാമ്പിനുണ്ടോ തവളച്ചാട്ടം ചാടാൻ കഴിയുക? അതുകൊണ്ട് ഓരോ പ്രാവശ്യം ചാടിയപ്പോഴും അവൻ തലയടിച്ച് നിലത്തു വീണു. അതു കണ്ട പാമ്പമ്മ ചോദിച്ചു.

"എന്താ മോനേ ഈ പുതിയ ചാട്ടം. നീ ഇതെവിടെനിന്ന് പഠിച്ചു? ഇങ്ങനെ ചാടിയാൽ നിന്റെ എല്ലെല്ലാം ഒടിഞ്ഞാലും അതിശയിക്കാനില്ല."

"അമ്മേ. ഇതെന്റെ കൂട്ടുകാരൻ തവളമോൻ പഠിപ്പിച്ചതാ. ഇന്നു മുഴുവനും ഞങ്ങളുരണ്ടുപേരും ഒന്നിച്ചാ കളിച്ചത്?"

"എന്റെ ഒരു മിടുക്കൻ മോൻ. തവളക്കുട്ടിയുടെ കൂടെ കൂട്ടുകൂടി നടന്നിട്ട് വിശക്കുന്നെന്നും പറഞ്ഞ് എത്തിയിരിക്കുന്നു.!"

"എന്താ അമ്മേ, അങ്ങനെ പറയുന്നത്?"

"പിന്നല്ലാതെ! തവളയേക്കണ്ടാൽ പിടിച്ചുതിന്നണ്ടേ മോനേ. തവള മാംസത്തിന് എന്തുരുചിയാണെന്നറിയാമോ?"

"പക്ഷേ തവളമോൻ എന്റെ നല്ല കൂട്ടുകാരനാണല്ലോ. ഞാനവനെ എങ്ങനെ തിന്നും?"

"മോനേ. ഞാൻ പറയുന്നത് നീ മനസ്സിലാക്ക്. എന്നുമെന്നും തവള പാമ്പിന്റെ ആഹാരമാണ്. അങ്ങനെയാണ് ദൈവം

തീരുമാനിച്ചിട്ടുള്ളത്. ഞാനോ നീയോ ആ ദൈവനിശ്ചയം തിരുത്താൻ നോക്കണ്ട., അത് എക്കാലത്തും ഇങ്ങനെതന്നെയായിരിക്കും". അല്പനേരത്തെ നിശബ്ദതക്കുശേഷം പാമ്പമ്മ തുടർന്നു.

"നാളെ നീ പോയി ആ തവളമോന്റെ കൂടെ കുറേനേരം കളിക്ക്. അതുകഴിഞ്ഞ് തക്കം കിട്ടുമ്പോൾ അവനെ പിടിച്ച് വിഴുങ്ങണം. തവള മാംസത്തിന്റെ സ്വാദ് അപ്പോൾ നിനക്ക് മനസ്സിലാകും."

മനസ്സില്ലാ മനസ്സോടെയാണെങ്കിലും അമ്മയുടെ ഉപദേശം അനുസരിക്കാൻ പാമ്പുമകൻ തീരുമാനിച്ചു.

പിറ്റേദിവസം രാവിലെ പാമ്പുമകൻ, തലേന്ന് കൂട്ടുകാരനെ കണ്ടുമുട്ടിയ സ്ഥലത്ത് കുറേ നേരം കാത്തുനിന്നു. പക്ഷേ തവളമകൻ വന്നില്ല. ശരി, എന്നാൽ അവന്റെ വീടുവരെ ഒന്ന് പൊയ്ക്കളയാമെന്ന് കരുതി പാമ്പുമകൻ യാത്ര തിരിച്ചു. തവളമകന്റെ വീട് അടച്ചിട്ടിരുന്നു. പാമ്പുമകൻ ഉറക്കെ വിളിച്ചു.

"തവളമകനേ, കൂട്ടുകാരാ. നീയെന്താ ഇന്ന് കളിക്കാൻ വരുന്നില്ലേ?"

ഒന്നുരണ്ടു പ്രാവശ്യം വിളിച്ചുകഴിഞ്ഞപ്പോൾ തവളമകൻ വീട്ടുവാതിലിന്റെ ഒരറ്റത്തുള്ള കിളിവാതിൽ തുറന്ന് പറഞ്ഞു.

"ചങ്ങാതി. പാമ്പുമകനേ, എനിക്ക് നല്ല സുഖമില്ല. ഞാനിന്ന് കളിക്കാൻ വരുന്നില്ല."

"അതെന്തുപറ്റി. നിനക്കിന്നലെ സുഖക്കേട് ഒന്നും ഉണ്ടായിരുന്നില്ലല്ലൊ? എന്താ വല്ല പനിയോ മറ്റോ?"

"കൂട്ടുകാരാ. നീ ഇനി കാത്തുനിൽക്കണമെന്നില്ല. ഞാൻ സത്യം പറയാമല്ലൊ. ഇനി നിന്റെ കൂടെ കളിക്കുകയും കൂട്ടുകൂടുകയും ചെയ്യരുതെന്ന് എന്റെ അമ്മ പറഞ്ഞിട്ടുണ്ട്"

"ഓ. അപ്പോൾ അങ്ങനെയാണ് കാര്യം. അല്ലേ? എനിക്ക് എന്റെ അമ്മയും ഇന്നലെ കുറേ ഉപദേശങ്ങൾ തന്നിട്ടുണ്ട്."

"അപ്പോൾ അതല്ലേ ശരി? ഇനി നമ്മൾ കൂട്ടുകാരായി ഇരിക്കണ്ട. പരസ്പരം കാണലും വേണ്ട. നീ വന്ന വഴിയേ തിരികെ പൊയ്ക്കോ?"

"അങ്ങനെതന്നെ. ഇനി നാം ഒരിക്കലും കണ്ടുമുട്ടണ്ടാ. അതേ. അതാണ് ശരി." പാമ്പുമകൻ തിരികെ മടങ്ങി. മടങ്ങുന്ന വഴിയിൽ അവൻ ആലോചിച്ചു. 'ഇനി എപ്പോഴെങ്കിലും ഞാനും തവളമകനും കണ്ടുമുട്ടിയാൽ എങ്ങനെയിരിക്കും?' അപ്പോൾ തവളമകനും അതുതന്നെ ആലോചിക്കുകയായിരുന്നു. 'ഇനി എപ്പോഴെങ്കിലും പാമ്പുമകൻ എന്നെ കണ്ടാൽ എന്താകും സംഭവിക്കുക?'

പാട്ടുപാടുന്ന ആമ

ആഫ്രിക്കൻ നാട്ടുകളിൽ പ്രചാരമുള്ള ഒരു കഥയാണിത്. ആഫ്രിക്കയിലെ ഏതോ ഒരു വനപ്രദേശത്ത് പണ്ട് പണ്ട് നടന്ന ഒരു സംഭവം. ആ വനത്തിൽ ചുറ്റി നടന്ന ഒരു വേടൻ അപ്രതീക്ഷിതമായി കാട്ടിൽ സാധാരണ കേൾക്കാത്ത ഇമ്പമുള്ള ഒരു പാട്ട് കേൾക്കാൻ ഇടയായി. എവിടെനിന്നാണ് പാട്ട് എന്ന് അയാൾ തിരക്കി. അപ്പോൾ കണ്ടതോ? അതിശയം എന്നുതന്നെ പറയാം. ഒരാമ ഒന്നാന്തരമായി പാടുന്നു. വേടന് ആമയോട് എന്തെന്നില്ലാത്ത ബഹുമാനവും സ്നേഹവും തോന്നി. 'ആമ തന്റെ വീട്ടിൽ സ്ഥിരമായി താമസിച്ചിരുന്നെങ്കിൽ എത്ര നന്നായിരിക്കും?' എന്ന് അയാൾ ചിന്തിച്ചു.

അയാൾ ആമയോട് പറഞ്ഞു.

"താങ്കളുടെ പാട്ട് കേൾക്കാൻ എന്തു രസമാണ്? എന്നും ഈ പാട്ട് കേൾക്കാൻ കഴിഞ്ഞാൽ എത്ര നന്നായിരിക്കും. എന്ന് ഞാൻ ആലോചിക്കുകയായിരുന്നു."

"എന്റെ പാട്ട് അത്രക്ക് ഇഷ്ടമായോ?" ആമ ചോദിച്ചു.

"അതേ സ്നേഹിതാ. വിരോധം ഇല്ലെങ്കിൽ താങ്കൾ എന്റെ വീട്ടിൽ താമസിക്കു. നമുക്ക് സ്നേഹിതരായി ജീവിക്കാം" വേടൻ പറഞ്ഞു.

വിസമ്മതം ഒന്നും കാണിക്കാതെ ആമ സമ്മതം മൂളി.

"ഓ. ഞാൻ തയ്യാർ. പക്ഷേ ഒരു നിബന്ധനയുണ്ട്.

"എന്ത് നിബന്ധനയും സാരമില്ല. എല്ലാം ഞാൻ കൃത്യമായി അനുസരിക്കും." വേടൻ സത്യം ചെയ്തു.

"ശരി. അങ്ങനെയെങ്കിൽ ഞാൻ താങ്കളോടൊപ്പം വരാം. പക്ഷേ യാതൊരു കാരണവശാലും എനിക്ക് പാട്ടുപാടാൻ കഴിയുമെന്ന് സ്നേഹിതൻ ആരോടും പറയരുത്. ഇത് സത്യമായും പൂർണമായും പാലിക്കണം."

വേടൻ മടികൂടാതെ സത്യം ചെയ്തു.

അങ്ങനെ അവരൊന്നിച്ച് സ്നേഹിതരായി ജീവിക്കാൻ തുടങ്ങി. ദിവസവും ആമ വേടനുവേണ്ടി ഒന്നു രണ്ട് നല്ല പാട്ടുകൾ പാടും, ജീവിതം സുഖകരമായി മുന്നോട്ട് പോയിക്കൊണ്ടിരുന്നു.

പക്ഷേ, കുറേ ദിവസങ്ങൾക്കുശേഷം വേടൻ പാട്ടുപാടുന്ന ആമയേക്കുറിച്ച് തന്റെ വളരെ വിശ്വസ്തനായ ഒരു സ്നേഹിതനോട് പറഞ്ഞു. മറ്റാരോടും പറയുകയില്ലെന്ന് ആ സ്നേഹിതനും ഉറപ്പുകൊടുത്തിരുന്നു. എങ്കിലും ആ സ്നേഹിതൻ അധികം താമസിയാതെ മറ്റാരോടും പറയുകയില്ലെന്ന ഉറപ്പ് വാങ്ങി അയാളുടെ വേറൊരു സ്നേഹിതനോട് പറഞ്ഞു. ആ സ്നേഹിതനോ? മറ്റൊരാളോട്. അങ്ങനെ അധികം താമസിയാതെ ആ രഹസ്യം ആരോരും അറിയാതെ പരസ്യമായി. ആ വാർത്ത ഗ്രാമത്തലവന്റെ കാതുകളിലും എത്തി. ഗ്രാമത്തലവൻ വേടനെ വിളിച്ചു വരുത്തി സത്യാവസ്ഥ അന്വേഷിച്ചു. വേടൻ വിവരങ്ങൾ സത്യമായിതന്നെ പറഞ്ഞു. പാട്ടു പാടുന്ന ആമയെ കാണാനും അതിന്റെ പാട്ട് കേൾക്കാനും ഗ്രാമത്തലവൻ തിടുക്കം കാണിച്ചു. ആമയെ തന്റെ മുൻപിൽ കൊണ്ടുവരാൻ ഗ്രാമത്തലവൻ വേടനോട് നിർബന്ധിച്ച് പറഞ്ഞു. ഗ്രാമത്തലവൻ പരുങ്ങലിലായി. എങ്കിലും വീട്ടിൽപോയി ആമയോട് വിവരങ്ങളെല്ലാം പറഞ്ഞു. ആമ എല്ലാം കേട്ടിരുന്നതല്ലാതെ മറുപടി ഒന്നും പറഞ്ഞില്ല.

വേടൻ നിർബന്ധമായി ബലം പ്രയോഗിച്ച് ആമയേ ഗ്രാമത്തലവന്റെ വീട്ടിൽ എത്തിച്ചു. അവിടെ പാട്ടുപാടുന്ന ആമയേ കാണാനും പാട്ട് കേൾക്കാനും നല്ലൊരു സംഖ്യ ആളുകൾ കൂടിയിരുന്നു. ഗ്രാമത്തലവൻ ആമയോട് പാടുവാൻ ആജ്ഞാപിച്ചു. പക്ഷേ ആമ പാടിയില്ല. ആജ്ഞാപിച്ചിട്ടും യാചിച്ചിട്ടും ആമ പാടുന്നില്ലെന്ന് കണ്ടപ്പോൾ അവിടെ കൂടിയിരുന്ന ആളുകളെല്ലാം വേടൻ പറഞ്ഞതെല്ലാം കള്ളമാണെന്ന് വിചാരിച്ചു. അവർക്ക് വേടനോട് അവജ്ഞയും ദേഷ്യവും തോന്നി. മറ്റൊന്നും ആലോചിക്കാതെ അവർ വേടനെ യമപുരിക്ക് അയച്ചു.

പക്ഷേ, അപ്പോഴുണ്ട് ഒരതിശയം. ആമ സുന്ദരമായി പാടാൻ തുടങ്ങി. കേൾക്കാൻ സുഖമുള്ള, പക്ഷേ ദുഃഖ സൂചകമായ ഒരു ശോകഗാനം. കൂടിയിരുന്നവരെല്ലാം അതിശയിച്ചുപോയി.

"എത്രനല്ല പാട്ട്" എല്ലാവരും ഏറ്റുപറഞ്ഞു. "പാവം വേടൻ, അയാൾ പറഞ്ഞതൊക്കെ ശരിയായിരുന്നു."

ഒരു പാട്ടുകൂടി പാടാൻ അവർ ആമയോട് അഭ്യർത്ഥിച്ചു. ആമ അവരോട് പറഞ്ഞു.

“ഞാൻ എന്റെ സ്നേഹിതനായ ഈ വേടനുവേണ്ടി മാത്രം പാടുക യുള്ളൂ എന്ന് അയാളോട് പറഞ്ഞിരുന്നതാണ്. പക്ഷേ ഞാൻ പാടുന്ന വിവരം മറ്റാരോടും പറയുകയില്ലെന്ന് അയാൾ എനിക്കുതന്ന സത്യം അയാൾ ലംഘിച്ചു. ആ സത്യലംഘനത്തിന് കിട്ടിയ ശിക്ഷയാണ് അയാൾ ഇപ്പോൾ അനുഭവിച്ചത്. എനിക്ക് എന്റെ സ്നേഹിതന്റെ വിയോഗത്തിൽ അതിയായ ദുഃഖം ഉണ്ട്. അതുകൊണ്ട് ഞാൻ ഇനി ഒരിക്കലും പാടുന്നതല്ല.”

അത്രയും പറഞ്ഞിട്ട് ആമ സാവധാനം നടന്ന് അവരുടെ മുമ്പിൽ നിന്ന് എങ്ങോട്ടോ പോയി എന്നു മാത്രമേ നമുക്ക് അറിയാവൂ.

മണ്ടൻ മോൻ

ആഫ്രിക്കൻ ഭൂഖണ്ഡത്തിൽ എവിടെയോ ഒരു കുഗ്രാമത്തിൽ പണ്ട് പണ്ട് താമസിച്ചിരുന്നവരാണ് കാളനും കാളിയും. കഠിനാധ്വാനം ചെയ്ത് ജീവിച്ചിരുന്നവരാണ് അവർ. പയർ കൃഷിയായിരുന്നു അവരുടെ ഉപജീവനമാർഗം. രണ്ടുപേർക്കും ഒരു കുഞ്ഞ് ഉണ്ടാകണമെന്ന് ആഗ്രഹമുണ്ടായിരുന്നു. എങ്കിലും കുറേക്കാലം അവർക്ക് കുട്ടികൾ ഉണ്ടായില്ല. കാളി എല്ലാ ദേവിമാരോടും ദേവന്മാരോടും പ്രാർത്ഥിച്ചു.

“എനിക്ക് ഒരു കുഞ്ഞുണ്ടാകാൻ അനുഗ്രഹിക്കണേ, ദൈവങ്ങളേ”

ഒരിക്കൽ അവർ മനം നൊന്ത് പ്രാർത്ഥിച്ചു.

“ദേവീ, എനിക്ക് ഒരു കുട്ടി ഉണ്ടാകാൻ അനുഗ്രഹിക്കൂ. എനിക്ക് അവിടുന്ന് അനുഗ്രഹിച്ച് ഉണ്ടാകുന്ന കുട്ടി ആണായാലും വേണ്ടില്ല, പെണ്ണായാലും വേണ്ടില്ല. കരുടനായാലും ബധിരനായാലും വേണ്ടില്ല, മണ്ടനായാലും വേണ്ടില്ല, എന്തായാലും ഞാൻ സന്തോഷത്തോടെ സ്വീകരിച്ചുകൊള്ളാം.” എന്നേ അനുഗ്രഹിക്കണേ ദേവീ.”

അങ്ങനെ മനം നൊന്ത് പ്രാർത്ഥിച്ചതിന് ശേഷം ദേവികനിഞ്ഞ് ഉണ്ടായ കുട്ടിക്ക് അവർ ആലോചിച്ച് തിരഞ്ഞെടുത്ത പേരാണ് ജ്ജമോ.

ജ്ജമോ-യേ അവർ രണ്ടുപേരും പൊന്നുപോലെ സ്നേഹിച്ചു. ലാളിച്ച് വളർത്തി. കാലത്ത് വയലിലേക്ക് പോകുമ്പോൾ അമ്മയും അച്ഛനും മാറിമാറി അവനെ തോളത്ത് വെച്ച് കൊണ്ടുപോകും. എപ്പോഴും അവരുടെ കൺമുൻപിൽ അവൻ ഉണ്ടായിരുന്നു. കുറേശ്ശക്കുറേശ്ശ ജ്ജമോ നടക്കാനും ഓടാനും ചെറിയ ചെറിയ ജോലികൾ ചെയ്യാനുമൊക്കെ പഠിച്ചു. അച്ഛനും അമ്മയും വയലിൽ ജോലി ചെയ്യുമ്പോൾ അവനും അവരുടെ പിന്നാലെ നടന്ന് അവർ ചെയ്യുന്നത് അനുകരിച്ച് പലതും ചെയ്യാനും തുടങ്ങി. അവന്റെ വളർച്ച കണ്ട് ആ മാതാപിതാക്കൾ

വളരെയധികം സന്തോഷിച്ചു.

ഒരു ദിവസം കാളനും കാളിയും പയറ് വിത്തുകൾ പാടത്ത് പാകിക്കൊണ്ടിരുന്നപ്പോൾ ജുമോ അവരുടെ പിന്നാലെ നടന്ന് അവർ പാകിയ വിത്തുകൾ(അവന്റെ കണ്ണിൽ പെട്ടവ) പെറുക്കിയെടുത്ത് അവന്റെ കയ്യിലുണ്ടായിരുന്ന കലത്തിൽ ഇട്ടുകൊണ്ട് പിൻതുടർന്നു. അത് കണ്ട് ഒരു വഴിപോക്കൻ അവരോടായി പറഞ്ഞു.

“ദാ. നോക്ക്. നിങ്ങൾ കാണുന്നില്ലേ നിങ്ങടെ മോൻ കാണിക്കുന്ന മണ്ടൻ വേല? മണ്ടൻ പയ്യൻ.”

മകൻ കാണിച്ച മണ്ടത്തരം കണ്ടിട്ടും ആ മാതാപിതാക്കൾ ഒട്ടും ദേഷ്യം കാണിച്ചില്ല. അവർക്ക് അവനെ അത്രയ്ക്ക് ഇഷ്ടം ആയിരുന്നു. അത്തരം പ്രവൃത്തികളെല്ലാം കേവലം കുട്ടികുസൃതികൾ മാത്രമായി അവർ കണ്ടു. അങ്ങനെ ജുമോ പല പല മണ്ടൻ ജോലികളും ചെയ്തുകൊണ്ടേയിരുന്നു. പക്ഷേ അവന്റെ അച്ഛനമ്മമാർ ഒരിക്കലും അവനോട് കോപിക്കുകയോ അവനെ ശകാരിക്കുകയോ ചെയ്തില്ല. തെറ്റുകൾ ചൂണ്ടിക്കാണിക്കാനും അവർ ശ്രദ്ധിച്ചില്ല. മറിച്ച് അവനെ അവർ കൂടുതൽ കൂടുതൽ സ്നേഹിച്ചു; ലാളിച്ചു.

അവന്റെ അമ്മ ഉണ്ടാക്കുന്ന പയറുവട ആ ഗ്രാമത്തിലെങ്ങും പ്രസിദ്ധിപെറ്റതായിരുന്നു. അത് അത്ര സ്വാദുള്ളതായിരുന്നു. കാളി പലപ്പോഴും പയറു വട ഉണ്ടാക്കി തലയിലെടുത്തുചെന്ന് ഗ്രാമചന്തയിൽ വിൽക്കുമായിരുന്നു. ജുമോയും അമ്മയെ അനുകരിച്ച് വട തയ്യാറാക്കി അമ്മയുടെ കൂടെ ചന്തയിൽ പോകുന്നത് പതിവാക്കി. ജുമോയുടെ വട മണ്ണുകൊണ്ട് ഉണ്ടാക്കിയവ ആയിരുന്നു എന്നു മാത്രം. ചന്തയിൽ അവൻ ഉറച്ച് വിളിച്ചു പറയും.

“എന്റെ വടയും വാങ്ങിച്ചോ, വാങ്ങിച്ചോ, നല്ല സ്വാദാ.”

അത് കേൾക്കുന്ന ഗ്രാമവാസികൾ പറയും.

“കണ്ടില്ലേ, ഒരു മണ്ടൻ ചെറുക്കന്റെ വികൃതികൾ.”

അങ്ങനെ പല ദിവസങ്ങൾ കഴിഞ്ഞപ്പോൾ ഒരു ദിവസം കാളി എല്ലാവരും കേൾക്കാനായി പറഞ്ഞു.

“എന്തിനാ നിങ്ങൾ എന്റെ മകനേ മാത്രം മണ്ടൻ, മണ്ടൻ എന്ന് എപ്പോഴും പറയുന്നത്? എല്ലാ കുട്ടികളും ഓരോ വികൃതികളും മണ്ടത്തരങ്ങളും കാണിക്കുകയില്ലേ? എന്റെ മകനും അതുപോലെ ആണെന്ന് വിചാരിച്ചാൽ പോരേ?”

ജുമോ വളർന്ന് നല്ല ഒരു ചെറുപ്പക്കാരനായി. ഒരു ദിവസം കാളനും കാളിയും ഏതോ ഒരു ജോലിക്ക് അടുത്ത ഗ്രാമത്തിലേക്ക് പോകേണ്ടി വന്നപ്പോൾ മകനോട് പറഞ്ഞു.

"ജൂമോ, നീയിന്ന് വീട്ടിൽ ഇരിക്ക്. ഞങ്ങൾ തിരികെ വരുമ്പോഴേക്ക് നീ പയർ ചോറ് ഉണ്ടാക്കിവെയ്ക്ക്. ഞങ്ങൾ വന്നാലുടനെ നമുക്ക് ഉച്ചഭക്ഷണം കഴിക്കാമല്ലോ."

"ശരിയമ്മേ." ജൂമോ സമ്മതിച്ചു. അച്ഛനമ്മമാർ പോയതിനു ശേഷം ജൂമോ കലത്തിൽ വെള്ളം വെച്ച് അടുപ്പിൽ തീ കൂട്ടി. വെള്ളം തിളച്ചപ്പോൾ ഭരണിയിൽ നിന്ന് ഒരു പയർമണി മാത്രം എടുത്ത് കലത്തിൽ ഇട്ടു. കുറച്ചു കഴിഞ്ഞ് കാളനും കാളിയും തിരികെ വന്നപ്പോൾ, കാളി മകനോട് ചോദിച്ചു.

"മോനേ, ഊണ് തയ്യാറായോ?"

"അടുപ്പത്തുണ്ട്." കാളൻ കലത്തിൽ നോക്കിയിട്ട് പറഞ്ഞു.

"ദൈവം തരുന്നത് സന്തോഷത്തോടെ സ്വീകരിച്ചല്ലേ പറ്റൂ."

"അതേ, അതങ്ങനെ തന്നെയാ." കാളിയും ഏറ്റുപറഞ്ഞു. എങ്കിലും കാളിമകനെ അടുത്തുവിളിച്ച് അവൻ കാണിച്ച തെറ്റ് ക്ഷമയോടെ പറഞ്ഞ് മനസ്സിലാക്കി കൊടുത്തു.

ജൂമോ തുടർന്നും മണ്ടത്തരങ്ങൾ കാണിക്കുകയും അമ്മയുടെ ഉപദേശ പ്രകാരം തിരുത്താൻ പഠിക്കുകയും ചെയ്തുകൊണ്ടിരുന്നു. അങ്ങനെ നാളുകൾ കുറേ കഴിഞ്ഞു. ഒരിക്കൽ അന്നാസി എന്ന എട്ടുകാലി അതുവഴി പോകാൻ ഇടയായി. അന്നാസിക്ക് പയറുകൊണ്ട് ഉണ്ടാക്കിയ ആഹാരം വലിയ ഇഷ്ടമായിരുന്നു. പക്ഷേ പയറിന്റെ കൂടെ നല്ല ഇറച്ചിയും കൂടെ വേണമെന്നും അന്നാസിക്ക് നിർബന്ധം ആയിരുന്നു.

ജൂമോയുടെ വീടിന് മുൻപിൽക്കൂടി പോയ അന്നാസിയുടെ മൂക്ക് പയറുകറിയുടെ മണം പിടിച്ചെടുത്തു. കൂടാതെ, അവരുടെ വീടിന് മുൻപിലുള്ള മൈതാനത്തിൽ തീറ്റ തിന്നുനടന്ന മാൻകുട്ടികളെക്കൂടി കണ്ടപ്പോൾ അന്നാസിക്ക് ഒരാഗ്രഹം. മാനിറച്ചിയും പയറുകറിയും ചേർത്ത് നല്ല ഒരു ഊണ് ഉണ്ണണം.

അപ്പോഴാണ് ജൂമോ വീടിന് വെളിയിൽ വന്ന് മാൻകുട്ടികളെ പിടിക്കാൻ ഒരു വിഫല ശ്രമം നടത്തിയത്. കുറച്ചു ദൂരം അവയെ വിരട്ടി ഓടിക്കാൻ കഴിഞ്ഞെങ്കിലും ജൂമോയ്ക്ക് ഒന്നിനേയും പിടിക്കാൻ കഴിഞ്ഞില്ല. അതുകണ്ട അന്നാസി വിളിച്ചു ചോദിച്ചു

"ഏ്യ. മണ്ടൻ പയ്യാ. മാൻ കുട്ടികൾ എന്നും ഇവിടെ പുല്ലുമേയാൻ വരുമോ?"

"ആ എനിക്കറിയത്തില്ല. ഇന്നലെയാ ഞാനിവയെ ആദ്യം കണ്ടത്. ഇന്നും വന്നല്ലോ."

"എന്തിനാ നീ അവറ്റയെ ഓടിച്ചത്?"

“ഒന്നിനെ പിടിക്കാൻ. മാനിറച്ചിക്ക് നല്ല സ്വാദാ.”

“നിനക്ക് മാനിറച്ചി വേണോ? മാനിറച്ചിയും പയറു കറിയും ചേർത്ത് കഴിച്ചാൽ അതിന്റെ രുചി ഒന്നു പ്രത്യേകമാ.”

അല്പം നിർത്തിയിട്ട് അന്നാസി വീണ്ടും പറഞ്ഞു.

“ഞാൻ പറയുന്നതുപോലെ ചെയ്താൽ ഞാൻ നിനക്ക് മാനിറച്ചി തരും. പകരം നീ എനിക്ക് പയറുകറി തരണം.”

“സമ്മതിച്ചു.” അന്നാസി പ്രതികരിച്ചു. എന്നു മാത്രമല്ല ജൂമോ സന്തോഷം കൊണ്ട് കൈകൊട്ടി ആർത്ത് ചിരിച്ചു.

“അപ്പോൾ നീ ഒരു കാര്യം ചെയ്യ്. കുറേ പയറ് നല്ലതുപോലെ വേകാൻ വെയ്ക്ക്. പയറു വേകുമ്പോൾ ഉണ്ടാകുന്ന വാസന പിടിച്ച് മാൻകുട്ടികൾ ഇങ്ങെത്തും. അപ്പോഴേക്കും ഞാൻ പോയി നല്ല ഒരു വല എടുത്തുകൊണ്ട് വരാം. എന്റെ വലയിൽ നിന്ന് അവറ്റകൾക്ക് രക്ഷപെടാൻ കഴിയില്ലെന്ന് നിനക്കറിയാമല്ലൊ?” അത്രയും പറഞ്ഞ് അന്നാസി പുറപ്പെട്ടു.

കാര്യങ്ങൾ പറഞ്ഞുവെച്ചതുപോലെ നടന്നു. ജൂമോ പയറ് വേകാൻ വെച്ചു. മണം പിടിച്ച് മാൻ കുട്ടികൾ ജൂമോയുടെ വീടിന് മുൻപിൽ എത്തി. അന്നാസി വലയുമായി തിരികെ എത്തിച്ചേർന്നു. പിന്നെ ഒട്ടും വൈകിക്കാതെ അന്നാസി വലവിരിക്കാൻ തുടങ്ങി. സംശയം തോന്നിയ മാൻ കുട്ടികൾ ഓടി രക്ഷപെട്ടു. എങ്കിലും അന്നാസിക്കും നിരാശനാകേണ്ടി വന്നില്ല. രണ്ട് കൊഴുത്ത മാൻകുട്ടികൾക്ക് രക്ഷ പെടാൻ കഴിഞ്ഞില്ല. നിമിഷങ്ങൾക്കുള്ളിൽ വലയിൽ അകപ്പെട്ട മാൻകുട്ടികളെ അന്നാസി പിടിച്ച് കൊല്ലുകയും ചെയ്തു.

പക്ഷേ ആ സമയമെല്ലാം അന്നാസിയുടെ മനസ്സിൽ മറ്റൊരു കണക്കുകൂട്ടലും ഉണ്ടായിരുന്നു. ‘താനെന്തിന് കിട്ടുന്ന മാംസം ജൂമോയുമായി പങ്കുവെയ്ക്കണം? അവൻ ഒരു തനി മണ്ടൻതന്നെ. അവനെ പറ്റിക്കാൻ ഒരു വിഷമവും ഇല്ല.’ അന്നാസി അങ്ങനെയാണ് ആലോചിച്ചത്.

“ജൂമോ. കണ്ടില്ലേ? നമുക്ക് രണ്ട് മാൻ കുട്ടികൾ. ഇനി നമുക്ക് ഈ മാംസം നല്ല മാംസവും, എല്ലുചേർന്ന മാംസവും ആയി വേർതി രിക്കാം. നീ പോയി നല്ല രണ്ട് ചാക്ക് എടുത്തുകൊണ്ടുവാ.” ജൂമാ അകത്തുപോയി ചാക്കുകൾ കൊണ്ടുവന്നു.

“ജൂമോ. നാം ഈ ചാക്കുകളിൽ ഓരോന്നിലായി നല്ല മാംസവും എല്ലും മാറ്റിവെയ്ക്കാം. ഞാൻ മുറിച്ചുമുറിച്ച്തരുന്നത് നീ വേർതിരിച്ച് ഈ ചാക്കുകളിൽ ഇടണം. ദാ. ഇതിൽ നല്ല മാംസം, ഇതിൽ എല്ല്.”

ജൂമോ സന്തോഷത്തോടെ തന്റെ ജോലി തുടങ്ങി. അന്നാസി

വീണ്ടും പറഞ്ഞു.

"ജ്രൂമോ. ഈ എല്ല് നിറയ്ക്കുന്ന ചാക്ക് നിനക്കുള്ളതാണ്. മറ്റത് എനിക്കും."

"ഏ . അതെന്താ അങ്ങനെ?"

ജ്രൂമോവിന് അന്നാസിയുടെ ആ തീരുമാനം അത്ര രസിച്ചില്ല.

"എന്റെ വല നല്ലതായതുകൊണ്ടല്ലേ. ജ്രൂമോ, മാൻകുട്ടികളെ പിടിക്കാൻ കഴിഞ്ഞത്?"

"അപ്പോൾ എന്റെ പയറുകഞ്ഞി കാരണമല്ലേ അവ ഇവിടെ എത്തിയത്? ജ്രൂമോ അങ്ങനെ വിട്ടുകൊടുക്കാൻ തയ്യാറല്ലായിരുന്നു.

"ഇപ്പോൾ അതൊന്നും പറഞ്ഞ് നമ്മൾ സമയം കളയണ്ട. വഴക്കിടുകയും വേണ്ട. ഈ പ്രാവശ്യം ഇങ്ങനെ. അടുത്ത പ്രാവശ്യം നമുക്ക് വീണ്ടും ആലോചിച്ച് എങ്ങനെ പങ്കിടണമെന്ന് തീരുമാനിക്കാം."

അന്നാസി ഏതാണ്ട് തറപ്പിച്ച് പറഞ്ഞു. ജ്രൂമോ മറുപടി ഒന്നും പറഞ്ഞില്ല.

ജ്രൂമോ. മാംസം വെട്ടുന്ന ജോലി ഇതാ തീർന്നു. ഞാൻ ചാക്കുകൾ കെട്ടി ശരിയാക്കാം. താഴെ വീണുപോകാതെ എടുത്തുകൊണ്ട് പോകണ്ടേ? നീ പോയി ദാ ആ കുറ്റിക്കാട്ടിൽ നിൽക്കുന്ന എന്റെ കഴുതയേ വിളിച്ചുകൊണ്ടുവാ."

ജ്രൂമോ കഴുതയെ വിളിക്കാൻ പോയി. ആ സമയമത്രയും അന്നാസി തന്നെ വിഡ്ഢിയാക്കുകയല്ലേ എന്ന സംശയം ജ്രൂമോയ്ക്ക് ഉണ്ടായിരുന്നു. 'അങ്ങനെയങ്ങ് മണ്ടനാകാൻ പറ്റുകയില്ലല്ലൊ?' ജ്രൂമോ ആലോചിച്ചു.

ജ്രൂമോ കുറ്റിക്കാട്ടിനരികിൽ പോയി കഴുതയേ വിളിക്കുന്നതിന് പകരം ശബ്ദമെടുത്ത് കാട്ടിനുള്ളിലേക്ക് ഓടിച്ചുവിട്ടു. എന്നിട്ട് തിരികെ ചെന്ന് പറഞ്ഞു.

"അന്നാസിച്ചേട്ടാ. കഴുതയെ വിളിച്ചപ്പോൾ അത് ഇങ്ങോട്ട് വരുന്നതിന് പകരം കാട്ടിനുള്ളിലേക്ക് ഓടിപ്പോയി."

"എന്നാൽ നീ ഒരു കാര്യം ചെയ്യ്. ഈ ചാക്കുകൾ ശരിക്ക് കെട്ടിവെയ്ക്ക്. ഞാൻ പോയി കഴുതയെ വിളിച്ചുകൊണ്ട് വരാം. ഞാൻ വിളിച്ചാൽ അവൾ വരും."

അന്നാസി കഴുതയെ വിളിക്കാൻ പോയ ഉടനേ ജ്രൂമോ ചാക്കുകളുടെ സ്ഥാനം മാറ്റി വെച്ചു. കൂടാതെ നല്ല മാംസം നിറച്ച ചാക്കിൽ നിന്ന് രണ്ട് നല്ല മാംസക്കഷ്ണങ്ങൾ എല്ലുചാക്കിന്റെ ഉള്ളിൽ എല്ലുകളുടെ മുകളിലായി ഇടാനും ജ്രൂമോ മറന്നില്ല. താൻ ചെയ്തതൊന്നും

ആരും കണ്ടിട്ടില്ലെന്നായിരുന്നു ജ്ജുമോയുടെ വിചാരം. പക്ഷേ നടന്ന തെല്ലാം കഴുത ചെടികളുടെ മറവിൽ നിന്ന് കാണുന്നുണ്ടായിരുന്നു.

അന്നാസി കഴുതയേയും കൂട്ടി തിരികെ വന്നപ്പോഴേക്കും ജ്ജുമോ മാംസം നിറച്ച ചാക്ക് ഭദ്രമായി കെട്ടിവെച്ചു. എല്ലു ചാക്ക് കെട്ടാൻ തുടങ്ങുകയായിരുന്നു. അന്നാസി വന്നതും അവൻ എല്ലുകൾക്ക് മുകളി ലിട്ടിരുന്ന മാംസക്കഷ്ണങ്ങളിൽ ഒന്ന് എടുത്ത് മണപ്പിച്ച് നോക്കിയിട്ട് പറഞ്ഞു.

"ഹാ. എന്തുനല്ല ഇറച്ചി. അല്ലേ അന്നാസിച്ചേട്ടാ."

"അതേ! അതേ. ഇന്ന് ഭാര്യയുമൊത്ത് നല്ലൊരു ഉച്ചഭക്ഷണം കഴിക്കണം. എന്റെ ഭാര്യക്ക് മാനിറച്ചി വല്യ ഇഷ്ടമാ. നീയും ആ എല്ലുകഷ്ണങ്ങളെല്ലാമിട്ട് നല്ല ഒരു സൂപ്പുണ്ടാക്കി കഴിക്ക്. നിന്റെ അച്ഛനും അമ്മയും വരുമ്പോൾ അവർക്കും ഒരു പങ്ക് കൊടുക്കാൻ മറക്കണ്ട. കേട്ടോ."

ജ്ജുമോ വേഗം ചാക്ക് നന്നായി കെട്ടി. അന്നാസിയും ജ്ജുമോയും ചേർന്ന് ചാക്ക് കഴുതയുടെ പുറത്ത് കയറ്റിവെച്ചു. അന്നാസി കഴുതയുടെ പുറത്തിരുന്ന് സന്തോഷത്തോടെ വീട്ടിലേക്ക് യാത്രതിരിച്ചു. ഒന്നും സംഭവിച്ചിട്ടില്ലാത്ത മട്ടിൽ ജ്ജുമോ തന്റെ മാംസചാക്ക് വീട്ടിനുള്ളിൽ സൂക്ഷിച്ച് വെച്ചു. നല്ല ഒരു കഷ്ണം ഇറച്ചിയും കുറേ പയറും ചേർത്ത് വേകാൻ വെച്ചു. 'അച്ഛനും അമ്മയും ചേർന്ന് നല്ല ഒരു ഉച്ചഭക്ഷണം കഴിക്കാമല്ലോ' അവൻ വിചാരിച്ചു.

യാത്രക്കിടയിൽ അന്നാസി സന്തോഷം കൊണ്ട് മതിമറന്ന് ഉച്ചത്തിൽ പാടാൻ തുടങ്ങി. അപ്പോൾ കഴുത പറഞ്ഞു.

"യജമാനൻ ഇത്രയൊന്നും സന്തോഷിക്കണ്ട. യജമാനൻ കബളി പ്പിക്കപ്പെട്ടിരിക്കുന്നു."

"എന്താ കഴുതേ മണ്ടത്തരം പറയുന്നത്?" അയാൾ കഴുതക്ക് രണ്ട് തല്ലുകൊടുത്തു. പക്ഷേ കഴുതയുണ്ടോ വിടുന്നു. അത് വീണ്ടും വീണ്ടും പറഞ്ഞു.

"യജമാനൻ കബളിപ്പിക്കപ്പെട്ടിരിക്കുന്നു." ഓരോ സമയത്തും അന്നാസി കഴുതയെ പൊതിരെ തല്ലി എന്നു പറഞ്ഞാൽ മതിയല്ലോ. വീട്ടിലെത്തിയ ഉടനേ അന്നാസി ഭാര്യയെ വിളിച്ച് പറഞ്ഞു.

"എടിയേ ഭാര്യേ. വന്നുനോക്ക്. നിനക്കിഷ്ടപ്പെട്ട മാനിറച്ചി."

അന്നാസിയുടെ ഭാര്യ സന്തോഷത്തോടെ ഓടിച്ചെന്നു.

"ദാ. ഈ ചാക്കുനിറയെ നല്ല ഒന്നാന്തരം എല്ലില്ലാത്ത മാനിറ ച്ചിയാ"

അന്നാസി ചാക്കുകെട്ട് കഴുതയുടെ പുറത്തുനിന്നും ഇറക്കിവെച്ചു. അപ്പോഴേക്കും അന്നാസിയുടെ വളർത്തുമൃഗങ്ങളായ പൂച്ചയും പട്ടിയും അവിടെ എത്തി. അന്നാസി ചാക്കുകെട്ട് അഴിച്ചു.

"ശരി. ഇവന്മാർക്കും നമ്മുടെ സന്തോഷത്തിൽ പങ്കുചേരാൻ ഓരോ കഷ്ണം കൊടുക്കാം" എന്ന് പറഞ്ഞുകൊണ്ട് ഏറ്റവും മുകളിലുണ്ടായിരുന്ന രണ്ട് കഷ്ണങ്ങൾ എടുത്ത് അവയ്ക്ക് ഓരോന്ന് കൊടുത്തു. പൂച്ചയും പട്ടിയും ഇറച്ചിക്കഷ്ണങ്ങളുമെടുത്ത് സന്തോഷത്തോടെ ഓടിപ്പോയി.

അന്നാസി അടുത്ത കഷ്ണം എടുത്തപ്പോൾ ആകെ അന്ധാളിച്ചു പോയി; ഒരു വലിയ എല്ലുകഷ്ണമായിരുന്നു അത്.

"എന്ത്? ആ മണ്ടൻ എന്നെ പറ്റിച്ചെന്നോ? കഴുത പറഞ്ഞത് ശരിയായിരുന്നോ?" അന്നാസി സ്വയം ഉച്ചത്തിൽ പറഞ്ഞു.

അന്നാസി ചാക്ക് മുഴുവൻ കമഴ്ത്തിയിട്ടു അപ്പോൾ കണ്ടതോ? ഒന്നില്ലാതെ എല്ലാം എല്ലുമ്പു കഷ്ണങ്ങൾ. അന്നാസിക്ക് വിശ്വസിക്കാനായില്ല. ഭാര്യയാണെങ്കിൽ അന്നാസിയെ ശകാരിക്കാവുന്നത്ര ശകാരിച്ചു. വിഷണ്ണനായ അന്നാസി ഉറക്കെയുറക്കെ പറഞ്ഞു.

"ഞാനവനെ വിട്ടുവെയ്ക്കില്ല. ആ മണ്ടൻ എന്നേ മണ്ടനാക്കിയെന്നോ? ഞാനങ്ങോട്ട് ചെല്ലട്ടെ. അവനേ ഒരു പാഠം പഠിപ്പിച്ചിട്ട് ബാക്കികാര്യം."

അന്നാസി അടക്കാനാകാത്ത ദേഷ്യത്തോടെ ജ്ജുമോയുടെ വീട്ടിലേക്ക് യാത്രയായി. അവിടെ ചെന്നപ്പോൾ ജ്ജുമോ വീട്ടുവാതിലിൽ ഇരുന്ന് വിങ്ങിപ്പൊട്ടി കരയുന്നതാണ് അന്നാസി കണ്ടത്. അന്നാസിയെ കണ്ടതും ജ്ജുമോ പറഞ്ഞു.

"അന്നാസിച്ചേട്ടാ. നമ്മളുരണ്ടുപേരും വലിയ കഷ്ടത്തിലായല്ലോ. നമ്മള് കൊന്നത് ഗ്രാമത്തലവൻ സ്നേഹിച്ച് വളർത്തുന്ന മാൻകുട്ടികളെയായിരുന്നു. അദ്ദേഹം ഉടനേ ഇവിടെ എത്തുമെന്നാണ് കേട്ടത്. നമുക്ക് രണ്ടുപേർക്കും നല്ല ശിക്ഷകിട്ടും എന്നത് തീർച്ചയാ."

അവൻ കൂടുതൽ ശക്തിയെടുത്ത് കരയാൻ തുടങ്ങി. അന്നാസിയും ആകെ പരിഭ്രമിച്ചു ഗ്രാമത്തലവൻ ലാളിച്ചുവളർത്തുന്ന മൃഗങ്ങളെ കൊന്നത് വലിയ തെറ്റായി എന്ന് അന്നാസിക്കും സംശയമില്ലായിരുന്നു. ഉടൻതന്നെ അന്നാസി പറഞ്ഞു.

"ജ്ജുമോ. ഞാനിവിടെ നിൽക്കുന്നില്ല. മാൻ കുട്ടികളെ കൊന്നത് നിന്റെ വീട്ടുമുറ്റത്ത് വെച്ചാ. പോരാത്തതിന് മാനിറച്ചി മുഴുവനും നിന്റെ വീട്ടിൽതന്നെ ഉണ്ടല്ലോ. അതുകൊണ്ട് ശിക്ഷ മുഴുവനും നീതന്നെ വാങ്ങിച്ചോ" അതും പറഞ്ഞ് അന്നാസി സ്ഥലം വിട്ടു. പിന്നീട് അന്നാസി കണ്ടവരോടെല്ലാം പറഞ്ഞു.

“ആ മണ്ടൻ ജ്രൂമോ എന്നെ ഒന്ന് പറ്റിക്കാൻ നോക്കി. ഞാനുണ്ടോ വിട്ടു കൊടുക്കുന്നു? ഞാനവനെ നല്ല ഒരു കെണിയിൽ പെടുത്തി.”

ജ്രൂമോ അവന്റെ മാതാപിതാക്കളോട് കളിതമാശ പറഞ്ഞ് സന്തോഷിക്കുന്ന തിരക്കിലായിരുന്നു.

“ഇപ്പോഴെങ്ങനെയുണ്ട്. എന്റെ അഭിനയം എങ്ങനെയുണ്ടായിരുന്നു. ഇപ്പോൾ മണ്ടൻ ഞാനോ എന്നെ മണ്ടനെന്ന് വിളിക്കുന്നവരോ.” അവൻ അമ്മയേ കെട്ടിപ്പിടിച്ചുകൊണ്ട് ചോദിച്ചു.

“അന്നാസിച്ചേട്ടൻ മണ്ടനോ മിടുക്കനോ?”

കാളനും കാളിയും ജ്രൂമോയെ കെട്ടിപ്പിടിച്ച് ഉമ്മവെച്ചു.

“എന്റെ മോൻ മിടുക്കനല്ലെന്ന് ആരാ പറഞ്ഞത്? കാളി പറഞ്ഞു.

അതിനകം വിവരങ്ങളെല്ലാം സത്യസന്ധമായി ഗ്രാമവാസികൾ അറിഞ്ഞുകഴിഞ്ഞിരുന്നു. ജ്രൂമോ അത്ര മണ്ടനല്ലെന്ന് എല്ലാവരും മനസ്സിൽ അംഗീകരിക്കുകയും ചെയ്തു. എല്ലാവരും ഒത്തുകൂടുന്ന സന്ദർഭങ്ങളിൽ കാളി പറയും.

“എല്ലാ കുട്ടികളും അവരുടേതായ കുട്ടിത്തരങ്ങളും മണ്ടത്തരങ്ങളും ഒക്കെ കാണിക്കുകയില്ലേ? എന്റെ മോനും അത്രയൊക്കെയല്ലേ ചെറുപ്പത്തിൽ ചെയ്തൊള്ളു. എങ്കിലും നോക്ക്, ഞങ്ങളവനെ വഴക്കുപറയുകയോ തല്ലുകയോ ഒന്നും ചെയ്തില്ല. മറിച്ച് സ്നേഹത്തോടെ അവന്റെ തെറ്റുകൾ മനസ്സിലാക്കി കൊടുക്കാനും തിരുത്താനുമാണ് ശ്രമിച്ചത്. ഇപ്പോളെങ്ങനെയുണ്ട്? അവൻ മിടുക്കനായില്ലേ?”

ഒരു കർഷകനും സിംഹവും – ഒരു കുറുക്കനും

ഇത് അൾജീരിയയിലെ ദ്ജുർജ്ജുറാ പർവ്വതനിരകളിൽ വസിക്കുന്ന 'കാബിൽ' വംശജരുടെ ഇടയിൽ പ്രചാരത്തിലുണ്ടായിരുന്ന കഥയാണ്. വടക്കൻ ആഫ്രിക്കയിലെ ബെർബേർസ് എന്നറിയപ്പെടുന്ന, ഏതാണ്ട്. 4000-ത്തിലേറെ വർഷങ്ങളുടെ ചരിത്രമുള്ള ആഫ്രിക്കൻ വംശജരുടെ പിൻഗാമികളാണ് 'കാബിൽ' ജനത. അവർക്ക് അവരുടേതായ കാബിൽ ഭാഷയും ഉണ്ട്. ഇത് ബർബർ ഭാഷയുമായി ബന്ധപ്പെട്ടതുമാണ്. ഏതാണ്ട് 50 മുതൽ 70ലക്ഷം പേർ കാബിൽ ഭാഷ ഉപയോഗിക്കുന്നു.

കഥയിലെ നായകനായ കർഷകൻ കഠിനാധ്വാനശീലമുള്ളവൻ ആയിരുന്നു. അയാൾ ദിവസവും കാലത്തെ തന്റെ രണ്ട് കാളകളുമായി വയലിൽ എത്തുമായിരുന്നു. കാളകളെ ബന്ധിച്ച് വയൽ ഉഴുത് കൃഷിക്കനുയോജ്യമാക്കും. വയലിലെ ജോലി കഴിഞ്ഞ് വൈകിട്ട് തന്റെ കാളകളുമായി വീട്ടിലേക്ക് മടങ്ങും.

ഒരു ദിവസം പെട്ടെന്ന് ഒരു സിംഹം ആ കർഷകന്റെ മുമ്പിൽ ചാടി വീണു. ധിക്കാരത്തോടെ ആ സിംഹം പറഞ്ഞു.

"ഹേ. മനുഷ്യാ. എനിക്ക് വിശക്കുന്നു. നിന്റെ കാളകളിൽ ഒന്നിനെ എനിക്ക് തന്നിട്ട് പൊയ്ക്കോ. മര്യാദക്ക് ഒന്നിനെ തന്നില്ലെങ്കിൽ ഞാൻ നിന്റെ രണ്ട് കാളകളേയും നിന്നെയും കൊന്നുതിന്നും."

കർഷകൻ ഭയന്നുപോയി. ഒരെതിർപ്പും പറയാതെ ഒരു കാളയെ സിംഹത്തിന് കൊടുത്തു. സിംഹം അതിനെ കടിച്ച് വലിച്ചുകൊണ്ട് അടുത്തുള്ള കാട്ടിലേക്ക് പോയി; കർഷകൻ ദുഃഖിതനായി സ്വന്തം വീട്ടിലേക്കും.

അടുത്തദിവസം രാവിലെയും കർഷകൻ തന്റെ എരുത്തിൽ ഉണ്ടായിരുന്ന രണ്ട് കാളകളുമായി വയലിലേക്ക് പോയി. അന്നും

ജോലി തീർത്ത് വീട്ടിലേക്ക് മടങ്ങുമ്പോൾ തലേദിവസത്തെ ചരിത്രം ആവർത്തിച്ചു. അങ്ങനെ മൂന്നു നാല് ദിവസങ്ങൾ കടന്നു പോയി. അന്നും ഓരേ ഒരു കാളയുമായി വീട്ടിലേക്ക് മടങ്ങുന്ന കർഷകന്റെ മുമ്പിൽ ഒരു കുറുക്കൻ ചെന്നു. കുറുക്കൻ കർഷകനോട് ചോദിച്ചു.

"ഏ. കൃഷിക്കാരാ. ഞാൻ ചില ദിവസങ്ങളായി ശ്രദ്ധിക്കുന്നു. താങ്കൾ രാവിലെ രണ്ട് കാളകളുമായി കൃഷിസ്ഥലത്തേക്ക് പോകുകയും സായന്തനം ഒരു കാളയുമായി വീട്ടിലേക്ക് മടങ്ങുകയും ചെയ്യുന്നു. എന്താണ് സംഭവിക്കുന്നത്? താങ്കളുടെ രണ്ടാമത്തെ കാള ദിവസവും എവിടെ പോകുന്നു?"

കർഷകൻ സങ്കടത്തോടെ കുറുക്കനെ നോക്കി നിന്നു. എങ്കിലും പെട്ടെന്ന് മറുപടി ഒന്നും പറഞ്ഞില്ല.

"ഞാൻ താങ്കളെ ഉപദ്രവിക്കാൻ വന്നതല്ല. ഒരു പക്ഷേ സത്യാവസ്ഥ എന്നോട് പറഞ്ഞാൽ അങ്ങേക്ക് പ്രയോജനപ്പെട്ടു എന്നും വരാം." കൃഷിക്കാരൻ നടന്നതെല്ലാം കുറുക്കനോട് വിശദമായി പറഞ്ഞു.

അല്പം ആലോചിച്ചതിനുശേഷം കുറുക്കൻ പറഞ്ഞു.

"കാര്യം നിസ്സാരമാണ്. ഞാൻ ഉപദേശിക്കുന്നതുപോലെ അങ്ങ് പ്രവർത്തിക്കുകയാണെങ്കിൽ ആ സിംഹത്തിന്റെ ശല്യം ഞാൻ തീർത്തുതരും. എന്താ. എന്തു പറയുന്നു?"

"ചെയ്യാം." കർഷകൻ പറഞ്ഞു.

"പക്ഷേ ഒരു കാര്യം. ഞാൻ വെറുതേ സേവനം ചെയ്യുന്നവനല്ല. എനിക്ക് തക്കതായ പ്രതിഫലം വേണം. സമ്മതമാണോ?"

"കേൾക്കട്ടെ. എന്നാൽ കഴിയുന്നതാണെങ്കിൽ വിരോധം ഇല്ല." സിംഹത്തിന്റെ ശല്യം തീർന്നുകിട്ടിയാൽ അങ്ങ് എനിക്ക് കുറച്ച് തടിച്ചുകൊഴുത്ത ഒരു നല്ല കുട്ടിയാടിനെ തരണം."

"തീർച്ചയായും തരാം."

"ശരി. എങ്കിൽ ശ്രദ്ധിച്ച് കേൾക്കുക. നാളെ ആ സിംഹം വന്ന് കാളയെ വേണമെന്ന് പറയുന്ന സമയം നോക്കി ഞാൻ ആക്കാണുന്ന കുറ്റിക്കാടുകൾക്ക് പിന്നിൽ ഒളിച്ചിരുന്നുകൊണ്ട് ആരാണ് താങ്കളോട് സംസാരിക്കുന്നതെന്ന് ഉറക്കെ ചോദിക്കും. അതിന് മറുപടിയായി അങ്ങ് ഉറക്കെ പറയണം. ഓ ഇത് ഒരു ആസ്കോ മാത്രമാ, എന്ന്. എന്താ മനസ്സിലായില്ലേ? അതുപോലെ നാളെ കൈയിൽ ഒരു നല്ല മഴുവും എടുക്കാൻ മറക്കരുത്."

"മനസ്സിലായി. പറഞ്ഞതുപോലെ ചെയ്യാം."

“ശരി. എങ്കിൽ അങ്ങനെ. നാളെ കാണാം.” അത്രയും പറഞ്ഞ് കുറുക്കൻ തിരികെപോയി. കർഷകൻ വീട്ടിലേക്കും.

‘ആസ്കോ’ എന്നാൽ എന്താണെന്ന് അറിയണ്ടേ- നാം വെട്ടിക്കീറി വിറകാക്കാൻ ഉപയോഗിക്കുന്ന മരം.

പതിവുപോലെ അടുത്തദിവസവും വൈകിട്ട് കർഷകൻ വീട്ടിലേക്ക് മടങ്ങുന്ന സമയത്ത് സിംഹം മുന്നിൽ ചാടി വീണു.

“എനിക്ക് ഒരു കാളയെ തന്നിട്ട് പോയ്ക്കോ. അല്ലെങ്കിൽ...”

“ഹേ. കർഷകാ. ആരാണ് അവിടെ നിന്നോട് സംസാരിക്കുന്നത്?”

ഇടിമുഴക്കം പോലെ വന്ന ആ ശബ്ദം കേട്ടിട്ട് സിംഹം ചോദിച്ചു.

“ആര്, ആരാണവിടെ? ആ ശബ്ദം കേട്ടിട്ട് ദൈവത്തിന്റെ ശബ്ദം പോലെ ഉണ്ടല്ലോ?”

“ഇത് ഒരു ആസ്കോ മാത്രമാണ്.” കർഷകൻ ഉച്ചത്തിൽ മറുപടി പറഞ്ഞു.

“എങ്കിൽ നീ അതിനെ നിന്റെ മഴുകൊണ്ട് നിർഭയം വെട്ടിമുറിക്ക്.”

“ശരി. അങ്ങിനെയാകട്ടെ.” അത്രയും പറഞ്ഞിട്ട് കർഷകൻ മഴു സിംഹത്തിന്റെ നേരെ കാണിച്ചു.”

ആകെക്കൂടി പരിഭ്രമിച്ചുപോയ സിംഹം താഴ്മയോടെ പറഞ്ഞു.

“ഹേ. കർഷകാ. ദൈവം പറഞ്ഞത് അനുസരിക്കാതിരിക്കാൻ സാധ്യമല്ല. എങ്കിലും പേരിനുമാത്രം ചെറുതായി ഒന്ന് വെട്ടിയാൽ പോരെ? ഞാൻ തല കുനിച്ച് തരാം. എന്നെ അധികം വേദനിപ്പിക്കരുത്. കേട്ടോ?”

തലകുനിച്ച് നിന്ന സിംഹത്തിന്റെ പിടലിക്ക് കഴിയുന്നത്ര ശക്തിയെടുത്ത് കർഷകൻ മഴുകൊണ്ട് വെട്ടി. പല പ്രാവശ്യം. ഒളിച്ചിരുന്ന കുറുക്കൻ കുറ്റിക്കാടുകളിൽ നിന്ന് പുറത്തുവന്ന് കർഷകനോട് പറഞ്ഞു.

“സ്നേഹിതാ. ഇപ്പോൾ സിംഹത്തിന്റെ പ്രശ്നം തീർന്നല്ലോ. അങ്ങ് സമ്മതിച്ചതുപോലെ ആട്ടിൻകുട്ടിയെ എപ്പോഴാണ് എനിക്ക് തരുന്നത്?”

“നാളെ രാവിലെ ഞാനിവിടെ കൊണ്ടുവരാം.”

“അങ്ങിനെയാകട്ടെ. ഇവിടെ, ദാ, ആ കാണുന്ന കുറ്റിച്ചെടികൾക്ക് പുറകിൽ ഒരു ചാക്കിൽ കെട്ടി ഇട്ടേക്കുക. ഞാൻ സൗകര്യംപോലെ എടുത്തുകൊള്ളാം.”

കുറുക്കൻ അത്രയും പറഞ്ഞിട്ട് എങ്ങോട്ടോ ഓടിപ്പോയി. കർഷകൻ സ്വന്തം വീട്ടിലേക്കും. നടന്നവിഷയങ്ങളെല്ലാം കേട്ട കർഷകന്റെ ഭാര്യക്ക് വളരെ സന്തോഷമായി. അവർ ഭർത്താവിനോട് പറഞ്ഞു.

"കുറുക്കൻ നല്ല ബുദ്ധിശാലിയാണ്. അല്ലേ? പറഞ്ഞതുപോലെ അവന് ഒരാട്ടിൻകുട്ടിയെ നാളെ രാവിലെതന്നെ സമ്മാനിക്കണം."

"അതെ."

"താങ്കൾ ഒട്ടും ബുദ്ധിമുട്ടേണ്ട. രാവിലെ തന്നെ നല്ല ഒരാട്ടിൻ കുട്ടിയെ തിരഞ്ഞെടുത്ത് ഒരു ചാക്കിൽ ഭദ്രമായി കെട്ടി അങ്ങയെ ഏല്പിക്കും. അങ്ങ് ആ കെട്ട് കുറുക്കൻ നിർദ്ദേശിച്ച സ്ഥലത്ത് വെച്ചാൽ മാത്രം മതി."

"ശരി"

അടുത്ത ദിവസവും പതിവുപോലെ കാളകളുമായി കർഷകൻ യാത്രതിരിച്ചു. ഭാര്യ കെട്ടിവെച്ചിരുന്ന ചാക്ക് എടുക്കാൻ മറന്നില്ല. വയലിൽ എത്തിയതും അയാൾ ചാക്ക് കുറുക്കൻ നിർദ്ദേശിച്ച സ്ഥലത്ത് വെച്ചിട്ട് ഉറക്കെ വിളിച്ചുപറഞ്ഞു. "ഹേ, കുറുക്കൻ സ്നേഹിതാ, അങ്ങയ്ക്കുള്ള സമ്മാനം ഇതാ ഇവിടെ വെച്ചിട്ടുണ്ട്. സൗകര്യം പോലെ എടുത്തുകൊള്ളുക."

അയാൾ പിന്നീട് പതിവു വേലകളിൽ ഏർപ്പെട്ടു. വൈകിട്ട് വീട്ടിലേക്ക് മടങ്ങുന്നതിനു മുൻപ് അയാൾ കുറുക്കൻ ആടിനെ കൊണ്ടുപോയോ എന്നു നോക്കാമല്ലോ എന്നു കരുതി ആ കുറ്റിച്ചെടികളുടെ പുറകിൽ ചെന്നു. ചാക്ക് അങ്ങിനെതന്നെ ഉണ്ടായിരുന്നു. കർഷകൻ വിചാരിച്ചു. 'ഒരു പക്ഷേ കുറുക്കൻ ഈ സമ്മാനം വേണ്ടെന്ന് കരുതിയിരിക്കുമോ? അല്ലെങ്കിൽ കുറുക്കന് എന്തെങ്കിലും അപകടം സംഭവിച്ചിരിക്കുമോ? ഏതായാലും ഈ ആടിനെ ഇവിടെ ഇട്ടിട്ട് പോകുന്നത് ശരിയല്ല. തരം കിട്ടിയാൽ മറ്റ് വല്ല മൃഗങ്ങളും അതിനെ തിന്നിട്ട് പോയെന്നും വരാം.'

കർഷകൻ ആ ചാക്കും കൈയ്യിലെടുത്ത്, തന്റെ കാളകളേയും തെളിച്ചുകൊണ്ട് വീട്ടിലേക്ക് തിരിച്ചു.

വിവരങ്ങളെല്ലാം ഭാര്യയോട് പറഞ്ഞു. അതുകേട്ട ഭാര്യ വളരെ സന്തോഷത്തോടെ ഉറക്കെയുറക്കെ ചിരിച്ചുകൊണ്ട് ഭർത്താവിനോട് പറഞ്ഞു.

"നിങ്ങളറിയാതെ ഞാനൊരു കുസൃതി കാണിച്ചു. എന്താണെന്നറിയണ്ടേ?"

"ങ്ും. എന്താ പറയ്."

"രാവിലെ നിങ്ങൾ എടുത്തുകൊണ്ടുപോയ ചാക്കിൽ ആട്ടിൻ

കുട്ടിയോടൊപ്പം നമ്മുടെ ടോമിയും ഉണ്ടായിരുന്നു. അവൻ ഞാൻ പറഞ്ഞതുപോലെ ശബ്ദം ഉണ്ടാക്കാതെ, അനങ്ങാതെ ചാക്കിൽ ഇരുന്നതുകൊണ്ട് നിങ്ങൾ അറിഞ്ഞില്ല. അത്രതന്നെ."

"എന്നിട്ട്?"

"എന്നിട്ടെന്താ. നിങ്ങടെ കൂട്ടുകാരൻ കുറുക്കൻ ചാക്കിനകത്തെ ആടിന്റെ മണം പിടിച്ചതും ടോമി വേണ്ടതുപോലൊന്ന് പെരുമാറി. അല്ലാതെന്താ?" അവർ സന്തോഷത്തോടെ ചിരിച്ചു.

"പിന്നെ ടോമി തിരികെ വീട്ടിലെത്തി വിവരമെല്ലാം പറഞ്ഞു. ആ കുറുക്കൻ ജീവനും കൊണ്ട് ഓടി. അവൻ ഇനി ഈ പ്രദേശത്ത് കാലുകുത്തുകയില്ലെന്നത് ഉറപ്പാ. ഏതായാലും നമ്മുടെ ടോമി മിടുക്കൻ തന്നെ."

"അതെ."

ഇന്ന് നമുക്ക് അത്താഴത്തിന് ആട്ടുസൂപ്പും ആട്ടിറച്ചി പൊരിച്ചതും. ടോമിക്ക് ആട്ടിൻ കാലും."

"എന്നാലും നീ മിടുക്കിതന്നെ. ആ കുറുക്കനേക്കാൾ ബുദ്ധിമതി. സമ്മതിച്ചിരിക്കുന്നു. പക്ഷേ എനിക്കൊരു സംശയം. ആ കുറുക്കൻ നമ്മൾ മനുഷ്യരെല്ലാം നന്ദി കെട്ടവരാണെന്ന് വിചാരിക്കില്ലേ.?"

അതിന് മറുപടി പറയാതെ അയാളുടെ ഭാര്യ ആട്ടിറച്ചി പൊരിക്കാനായി അടുക്കളയിലേക്ക് പോയി.

മരണം ഇല്ലാത്ത നാട്

കേട്ടിട്ടില്ലേ? സ്വന്തം കുഞ്ഞ് മരിച്ച സങ്കടം അടക്കാനാകാതെ ശ്രീബുദ്ധനെ ആശ്രയം പ്രാപിച്ച സ്ത്രീയുടെ കഥ കേൾക്കാതിരിക്കാൻ ന്യായമില്ല. ബുദ്ധദേവന്റെ ഉപദേശപ്രകാരം മരണം സംഭവിച്ചിട്ടില്ലാത്ത വീട്ടിൽ നിന്നും ഒരു നുള്ള് കടുകിനു വേണ്ടി നാടെല്ലാം അന്വേഷിച്ച് നടന്ന് ഒടുവിൽ നിരാശയായി തിരികെ അദ്ദേഹത്തിന്റെ അടുക്കൽതന്നെ എത്തിയ ആ സ്ത്രീയേ ഓർക്കുന്നില്ലേ? അതുപോലെയുള്ള പല കഥകളും ലോകത്തിന്റെ പല ഭാഗങ്ങളിലും പ്രചാരത്തിലുണ്ട്. പല കഥകളിലേയും പ്രതിപാദനരീതി നാം കേട്ടിട്ടുള്ള, ബുദ്ധദേവനുമായി ബന്ധപ്പെട്ട കഥയിൽ നിന്നും വ്യത്യസ്ഥമായ രീതികളിൽ ആണെങ്കിലും, കഥകൾ കേട്ടുകഴിയുമ്പോൾ നമുക്ക് കിട്ടുന്ന അറിവ് ഒന്നുതന്നെയാണ് എന്ന് മനസ്സിലാകും.

ഇവിടെ അത്തരത്തിലുള്ള രണ്ട് കഥകൾ പ്രതിപാദിക്കുന്നു. ഈജിപ്തിലും സുഡാനിലും പ്രചാരത്തിലുള്ളവയാണ് ഈ കഥകൾ. കഥയിലെ നായകൻ തന്റെ സുശീലയും സുന്ദരിയുമായ ഭാര്യയെ വളരെയധികം സ്നേഹിച്ചിരുന്നു. പക്ഷേ, വിവാഹം കഴിഞ്ഞ് കുറച്ചുകാലത്തിനുള്ളിൽ അവർ മരിച്ചു. ആ സംഭവം അയാളെ വളരെയധികം ദുഃഖിതനും നിരാശനും ആക്കി. എങ്കിലും അയാൾ ഒരു കാര്യം തീർച്ചയാക്കി. മരണമില്ലാത്ത ഒരു സ്ഥലം കണ്ടെത്തണം എന്ന് അയാൾ തീർച്ചയാക്കുകയും അതിനുള്ള ശ്രമം തുടങ്ങുകയും ചെയ്തു.

വളരെയധികം അന്വേഷിച്ചതിന് ശേഷം ശവമാടങ്ങളേ ഇല്ലാത്ത ഒരു ഗ്രാമം സുഡാനിൽ എവിടെയോ ഉണ്ടെന്ന് കേൽക്കാൻ ഇടയായി. ഉടൻ തന്നെ അയാൾ സുഡാനിലേക്ക് യാത്രയായി. അവിടെയെത്തി അന്വേഷണം തുടർന്നു. കുറേ അലഞ്ഞുതിരിഞ്ഞതിനു ശേഷം അയാൾ ആ ഗ്രാമം കണ്ടെത്തി. പലരോടും അന്വേഷിച്ച എല്ലാവരും പറഞ്ഞത് ഒന്നുതന്നെ ആയിരുന്നു

"അതെ. ശരിയാണ്. ഈ ഗ്രാമത്തിൽ ആരും മരിക്കാറില്ല."

"എന്ത്? ശവമാടമോ? ആരും മരിക്കാത്ത ഈ സ്ഥലത്ത് ശവമാടമോ? എല്ലാവരും ഒന്നുതന്നെ പറഞ്ഞു.

"ഈ ഗ്രാമത്തിൽ ആരും മരിക്കാറില്ല" അയാൾ ആ ഗ്രാമത്തിലെ ഗ്രാമത്തലവനെ കാണുകയും ചങ്ങാത്തം സ്ഥാപിക്കുകയും ചെയ്തു. മാത്രമല്ല, അയാൾ ആ ഗ്രാമത്തിൽ താമസിക്കാനും തീരുമാനിച്ചു. അങ്ങിനെയിരിക്കെ ഒരു ദിവസം ഗ്രാമത്തലവൻ അയാളെ വിരുന്നിന് വിളിച്ചു. ആ ക്ഷണം സന്തോഷത്തോടെ അയാൾ സ്വീകരിച്ചു. അന്ന് ഭക്ഷണം കഴിച്ചുകൊണ്ടിരിക്കുമ്പോൾ അയാൾ ഗ്രാമത്തലവനോട് കുശലങ്ങൾ പറഞ്ഞകൂട്ടത്തിൽ ചോദിച്ചു.

"താങ്കളുടെ അച്ഛൻ ഇവിടെയില്ലേ?"

"ഉണ്ടല്ലോ. സ്നേഹിതൻ ഇപ്പോൾ ഭക്ഷിക്കുന്നത് അദ്ദേഹത്തിന്റെ കാലിലെ ഇറച്ചിയാണ്. ബാക്കിയെല്ലാം ദാ ആ കാണുന്ന ഭരണയിൽ സൂക്ഷിച്ചിട്ടുണ്ട്."

തുടർന്നുള്ള സംസാരിത്തിനിടയിൽ ഗ്രാമത്തലവൻ കൂട്ടിച്ചേർത്തു.

"ഈ ഗ്രാമത്തിൽ ഞങ്ങൾ ആരെയും മരിക്കാൻ അനുവദിക്കാറില്ല."

ആ ഗ്രാമത്തിൽ ശവമാടങ്ങൾ ഇല്ലാത്തതിന്റെ കാരണം വ്യക്തമായി മനസ്സിലാക്കിയ അയാൾ അന്നുരാത്രിതന്നെ ആരും കാണാതെ ആ ഗ്രാമം വിട്ട് ഈജിപ്തിലെ സ്വന്തം സ്ഥലത്തേക്ക് മടങ്ങി.

ഇതേപോലെ തന്നെ മറ്റൊരു കഥ സുഡാനിൽ പ്രചാരത്തിലുണ്ട്. ആ കഥയും വായിക്കാം. അല്ലേ.

ആ കഥയിലെ നായകൻ അയാളുടെ പ്രായമായ അമ്മയുമൊത്ത് സുഡാനിലെ ഒരു ഗ്രാമത്തിൽ വസിച്ചിരുന്നു. അമ്മക്ക് മരണത്തെ വളരെ ഭയമായിരുന്നു. അതുകൊണ്ട് അമ്മ എപ്പോഴും മകനോട് പറയും.

"മോനേ, നീ എന്നെ മരണമില്ലാത്ത ഏതെങ്കിലും നാട്ടിലേക്ക് കൊണ്ടുപോ."

"അമ്മേ, മരണമില്ലാത്ത നാട് ഉണ്ടോ? ഉണ്ടെങ്കിൽ എവിടെ?"

"ഒണ്ടുമോനേ. നീ ഒന്നന്വേഷിക്ക്." കണ്ടവരോടെല്ലാം ആ മകൻ തിരക്കി.

"മരണമില്ലാത്ത ഏതെങ്കിലും നാട് ഉണ്ടോ?"

ആ ചോദ്യം കേട്ട് പലരും അയാളെ പരിഹസിച്ച് ചിരിക്കുകമാത്രം ചെയ്തു. മറ്റ് ചിലർ പറഞ്ഞു.

"ആ. ഞങ്ങക്കറിയത്തില്ല. നീ പോയി തിരക്ക്."

എങ്കിലും അയാൾ അന്വേഷിച്ചുകൊണ്ടേയിരുന്നു. ശരിയായ വിവരങ്ങൾ ഒന്നും കിട്ടാതായപ്പോൾ ആ മകൻ അമ്മയുമൊത്ത് ഒരു ദീർഘയാത്ര പുറപ്പെട്ടു. യാത്രക്കിടയിൽ മരണമില്ലാത്ത നാട് എവിടെയാണെന്ന് കണ്ടുപിടിക്കാൻ ശ്രമിക്കാം എന്നതായിരുന്നു യാത്രയുടെ പ്രധാന ഉദ്ദേശ്യം. വഴിയിൽ കണ്ടപലരോടും ചോദിച്ചു.

"മരണമില്ലാത്ത നാട്ടിലേക്കുള്ള വഴി ഏതാണെന്ന് പറഞ്ഞുതന്നാൽ ഉപകാരം."

"മരണം ഇല്ലാത്ത നാടോ? തനിക്കെന്താ ഭ്രാന്താണോ?" ചിലർ അയാളെ പരിഹസിച്ചു.

"മരണമില്ലാത്ത നാടോ. അങ്ങനെ ഒരു നാടില്ലടോ." മറ്റു ചിലർ പറഞ്ഞു,

കുറേ നാളത്തെ യാത്രക്കുശേഷം ഒരതിശയം ഉണ്ടായി. അന്ന് എത്തിച്ചേർന്ന ഗ്രാമത്തിലെ ആളുകൾ, പതിവിന് വിരുദ്ധമായ രീതിയിലാണ് അയാളോട് സംസാരിച്ചത്.

"മരണോ? ഇവിടെ ആരും മരിക്കാറില്ല." ആ ഉത്തരം അയാളെ അതിശയിപ്പിച്ചു. അയാൾ വീണ്ടും വീണ്ടും ചോദിച്ചു. ഉറപ്പുവരുത്തി.

"ഇവിടെ മരണമില്ലേ സ്നേഹിതാ. സത്യമാണോ?"

"പിന്നെ. ഞാൻ പറഞ്ഞില്ലേ ഇവിടെ ആരും മരിക്കാറില്ലെന്ന്."

കൂടുതൽ അന്വേഷിച്ചപ്പോൾ ആ ഗ്രാമത്തിൽ തന്റെ അടുത്ത ഒരു സ്നേഹിതൻ താമസമുണ്ടെന്ന് അയാൾ മനസ്സിലാക്കി. കുറച്ച് ബുദ്ധിമുട്ടിയെങ്കിലും അയാൾക്ക് ആ സ്നേഹിതനെ കണ്ടെത്താനായി. കുശലാന്വേഷണങ്ങൾക്കു ശേഷം അയാൾ സ്നേഹിതനോട് പറഞ്ഞു.

"എന്റെ അമ്മക്ക് മരണത്തെ വളരെ ഭയമാണ്."

"ഇവിടെ ആരും മരിക്കാറില്ലെന്ന് ഞാൻ നിങ്ങളോട് നേരത്തേ പറഞ്ഞതല്ലേ? പിന്നയെന്തിനാണ് നിന്റെ അമ്മ മരണത്തെ ഭയക്കുന്നത്? നീ നിന്റെ അമ്മയോടും പറയാമായിരുന്നില്ലേ ഇവിടെ മരണം ഇല്ലെന്ന്?"

"അതേ സ്നേഹിതാ. ഞാൻ പറഞ്ഞു. അതുകൊണ്ട് എന്റെ അമ്മ നിന്റെകൂടെ ഇവിടെ കുറച്ചുനാൾ താമസിക്കാൻ സമ്മതിച്ചിരിക്കുകയാണ്. ഞാൻ നാട്ടിൽപോയി ചില ജോലികളെല്ലാം തീർത്തിട്ട് മടങ്ങി വരാം. മടങ്ങി വരാൻ ചിലപ്പോൾ ഒന്നു രണ്ട് കൊല്ലങ്ങളായി എന്നുവരാം. നിനക്ക് ബുദ്ധിമുട്ട് ആകുകയില്ലല്ലോ."

"ബുദ്ധിമുട്ടോ. എനിക്ക് സന്തോഷമേയുള്ളൂ."

ആ അഭിപ്രായത്തോട് അമ്മയ്ക്കും പൂർണ സമ്മതമായിരുന്നു.

'താൻ മരണമില്ലാത്ത നാട്ടിലാണ്. താമസിക്കുന്നത്' എന്ന വിചാരം അവർക്ക് ആശ്വാസം നൽകി.

അയാൾ സ്വന്തം ഗ്രാമത്തിലേക്ക് മടങ്ങി. ജോലികളെല്ലാം തീർത്ത് തിരികെ വന്നത് രണ്ടുവർഷങ്ങൾ കഴിഞ്ഞായിരുന്നു. തിരികെ വന്ന അയാളെ സ്നേഹിതൻ സന്തോഷത്തോടെ സ്വീകരിക്കുകയും സൽക്കരിക്കുകയും ചെയ്തു.

കുറച്ച് സമയത്തിനുശേഷം അയാൽ തിരക്കി.

"എന്റെ അമ്മ എവിടെ?"

"ഓ. നിന്റെ അമ്മയോ? കുറച്ച് ദിവസങ്ങൾക്ക് മുൻപ് നിന്റെ അമ്മക്ക് ചില രോഗലക്ഷണങ്ങൾ കണ്ടയുടനെ ഈ ഗ്രാമവാസികൾ എല്ലാം ചേർന്ന് അവരേകൊന്ന് ഭക്ഷിച്ചു. അവരുടെ വിലയായി നിനക്ക് തരാനുള്ള പണവും പിരിച്ചെടുത്ത് സൂക്ഷിച്ചുവെച്ചിട്ടുണ്ട്."

അകത്തുപോയി ഒരു സഞ്ചിയിൽ കുറച്ച് പണവുമായി വന്ന് സ്നേഹിതൻ അയാളോട്, അയാൾക്കുനേരെ സഞ്ചി നീട്ടിക്കൊണ്ട് പറഞ്ഞു.

"ഇതാ. സ്നേഹിതാ. നിനക്ക് തരാനായി സ്വരൂപിച്ച് വെച്ചിരിക്കുന്ന പണം."

"എനിക്ക് എന്റെ അമ്മയുടെ ശരീരത്തിന് വിലയോ? നിനക്ക് എങ്ങിനെ ഇങ്ങിനെ പറയാൻ കഴിയുന്നു.?" അയാൾ തട്ടിക്കയറി.

"സ്നേഹിതാ. ദേഷ്യപ്പെട്ടിട്ട് കാര്യമില്ല. ഇതാണ് ഇവിടുത്തെ പരിചയം. ഞങ്ങൾ ആരെയും മരിക്കാൻ അനുവദിക്കാറില്ല."

അപ്പോൾ വെളിയിൽ ആരെല്ലാമോ സംസാരിക്കുന്ന ശബ്ദം കേട്ടു. സ്നേഹിതൻ എന്താണ് ശബ്ദമെന്ന് തിരക്കിയിട്ട് തിരികെ വന്ന് പറഞ്ഞു.

"എന്റെ പൊന്നു സ്നേഹിതാ. നീ ദേഷ്യപ്പെട്ടിട്ട് കാര്യമൊന്നും ഇല്ല. ഈ ഗ്രാമവാസികൾ പറയുന്നത് നിന്റെ അമ്മയുടെ ശരീരം നല്ല സ്വാദുള്ളതായിരുന്നു എന്നാണ്. അതുപോലെ നിന്റെ ശരീരവും സ്വാദുള്ളതായിരിക്കും എന്ന് അവർ കരുതുന്നു. അതുകൊണ്ട് നീ എത്രയും വേഗം ഇവിടെനിന്നും രക്ഷപ്പെട്ട് പൊയ്ക്കോ, അല്ലെങ്കിൽ അവർ നിന്നെയും കൊന്ന് തിന്നെന്ന് വരാം."

അയാൾ അവിടെനിന്ന് ജീവനും കൊണ്ട് തിരികെ സ്വന്തം ഗ്രാമത്തിൽ എത്തിച്ചേർന്നപ്പോൾ അയാളുടെ സ്നേഹിതരും ബന്ധുക്കളും മറ്റ് ഗ്രാമവാസികളും അന്വേഷിച്ചു.

"എന്തുപറ്റി? നീ അമ്മയേയും കൂട്ടിക്കൊണ്ട് വരുമെന്നല്ലേ

പറഞ്ഞിരുന്നത്? നിന്റെ അമ്മ എവിടെ? എന്താ, അമ്മ നിന്റെ കൂടെ വരാഞ്ഞത്?"

അല്പം ആലോചിച്ചതിനു ശേഷം അയാൾ പറഞ്ഞു.

"വരുന്ന വഴിയിൽ കാട്ടുപ്രദേശത്തു വെച്ച് തികച്ചും അപ്രതീക്ഷിതമായി ഒരു സിംഹം ഞങ്ങളെ ആക്രമിച്ചു. അത് അമ്മയെ കൊന്നു തിന്നു. എത്ര ശ്രമിച്ചിട്ടും അമ്മയെ രക്ഷിക്കാൻ എനിക്കായില്ല." അതു പറഞ്ഞിട്ട് അവൻ സങ്കടത്തോടെ വിമ്മിപൊട്ടി കരയാൻ തുടങ്ങി.

അയാളുടെ കഥ കേട്ടവർ കേട്ടവർ പറഞ്ഞു.

"മരണമില്ലാത്ത നാട് തേടി നടന്നവർക്ക് നല്ല പാഠം തന്നെ."

കുരങ്ങന്റെ ഹൃദയം

ആഫ്രിക്കയിൽ പല സ്ഥലത്തും ഉപയോഗത്തിലുള്ള സ്വാഹിലി ഭാഷയിൽ പ്രചാരത്തിലുള്ള ഒരു കഥയാണ് ഇത്. ഈ കഥ മററ് പല നാടോടിക്കഥകളേയും പോലെതന്നെ ലോകത്തിന്റെ പലഭാഗങ്ങളിലും ചില്ലറ പാഠഭേദങ്ങളോടെ പ്രചാരത്തിൽ ഉണ്ടെന്ന താണ് സത്യം. ഉദാഹരണത്തിന് ഈ കഥയുടെ ഉള്ളടക്കം അല്പാല്പം വ്യത്യാസങ്ങളോടെയാണെങ്കിലും ഇന്ത്യൻ നാടോടിക്കഥകളിൽ വായിച്ചതായി നിങ്ങൾക്ക് ഓർക്കാൻ കഴിയും. വായിച്ച് നോക്കൂ. വിശാലമായ ഒരു തടാകത്തിന്റെ അടുത്തുള്ള ഒരു ഗ്രാമത്തിലാണ് ഈ കഥ നടന്നത്. തടാകത്തിന്റെ ഓരമായി കുത്തനെയുള്ള ഒരു പർവ്വതശിഖരത്തിന്റെ മുകളിൽ ഒരു മരം വളർന്ന് പന്തലിച്ച് നിന്നി രുന്നു. മരത്തിന്റെ കൊമ്പുകൾ മലയുടെ ചെരുവിൽ താഴേക്ക് തൂങ്ങി ക്കിടന്നിരുന്നു; താടാകത്തിലെ വെള്ളത്തിൽ തൊട്ടു, തൊട്ടില്ലെന്ന മട്ടിൽ. ആ മരത്തിൽ തിന്നാൻ പരുവത്തിൽ ധാരാളം പഴം കിടന്നി രുന്ന കാലം. നമ്മുടെ കഥയിലെ നായകനായ കുരങ്ങൻ ദിവസവും ആ പഴങ്ങൾ പറിച്ച് തിന്നുകൊണ്ട് മരത്തിൽ ഇരിക്കുമായിരുന്നു. അങ്ങനെ ഒരു ദിവസം താനിരിക്കുന്ന കൊമ്പിന് കീഴെയായി വെള്ള ത്തിൽ ഒരു മുതല തന്നെത്തന്നെ നോക്കി കിടക്കുന്നത് കുരങ്ങന്റെ ശ്രദ്ധയിൽ പെട്ടു.

"എന്താ, അണ്ണാ, അണ്ണനിങ്ങനെ മോലോട്ടും നോക്കി വെറുതെ കിടക്കുന്നത്?" കുരങ്ങൻ ചോദിച്ചു.

"ഓ. വെറുതെ. നീ തിന്നുന്ന പഴത്തിന്റെ സ്വാദ് എന്തായിരിക്കു മെന്ന് ആലോചിക്കുവാരുന്നു. നല്ല മധുരമായിരിക്കും. അല്ലേ? മുതല തുടർന്നു.

"നേര് പറയാമല്ലോ? ഈ ഉപ്പുവെള്ളത്തിലെ ഉപ്പുരസമുള്ള തീറ്റ തിന്നുതിന്ന് മടുത്തു."

"അതുശരിയാ. എനിക്കും ഉപ്പുരസം തീരെ ഇഷ്ടമല്ല കേട്ടോ?"

കുരങ്ങൻ പറഞ്ഞു.

"അണ്ണന് വേണമെങ്കിൽ രണ്ടുപഴം ഞാൻ താഴോട്ട് ഇട്ടുതരാം."

"ശരി തമ്പീ, ഞാൻ വാപൊളിച്ച് മേലോട്ട് നോക്കി കിടക്കാം. നീ പഴം നേരെ എന്റെ വായിലേക്ക് ഇട്ടുതന്നാൽ മതി."

കുരങ്ങൻ നല്ല പഴങ്ങൾ നോക്കി ഒന്നുരണ്ടെണ്ണം മുതലയുടെ വായിലേക്ക് ഇട്ടുകൊടുത്തു.

"ഹാ! എന്തു നല്ല മധുരം." മുതല പറഞ്ഞു.

"നിനക്ക് നല്ലതുവരും. തമ്പീ." മുതല വെള്ളത്തിൽ ഊളിയിട്ട് എങ്ങോട്ടോ പോയി. കുറച്ച് സമയത്തിന് ശേഷം കുരങ്ങനും പതിവുപോലെ നാടു ചുറ്റാൻ യാത്രയായി.

അടുത്ത ദിവസവും ആ പരിപാടികൾ ആവർത്തിച്ചു.

"ഹാ എന്തുരസം. നല്ല മധുരമുള്ള പഴം." മുതല പറഞ്ഞു.

"നിനക്ക് നല്ലതുവരും. തമ്പീ." അടുത്തദിവസവും പിന്നീട് പലദിവസങ്ങളിലും ഒരു പതിവായി ആ കഥ തുടർന്നു. കുരങ്ങനും മുതലയും അടുത്ത കൂട്ടുകാരായി. അതിനിടയിൽ പലതും സംസാരിച്ചു. ഒരോരുത്തരും കണ്ട പുതിയ സ്ഥലങ്ങളേക്കുറിച്ചും പുതിയ പുതിയ അനുഭവങ്ങളെക്കുറിച്ചും; തങ്ങളുടെ വീട്ടിലെ വിശേഷങ്ങൾ, അങ്ങനെ പലതും.

"തമ്പീ, നിന്നോട് നന്ദി അറിയിക്കേണ്ടത് എങ്ങനെയെന്ന് എനിക്ക് ശരിക്കും അറിഞ്ഞുകൂടാ."

"ഞാനതിന് വലുതായൊന്നും ചെയ്തില്ലല്ലൊ അണ്ണാ."

"ങ്ഹാ. ഇപ്പോഴാ ഞാനോർത്തത്. ഞങ്ങളുടെ മൂത്തമകന്റെ പുറന്നാളാ. നാളെ നീ കൂടി ഞങ്ങളുടെ കൂടെ പുറന്നാളാഘോഷത്തിന് ഉണ്ടായിരുന്നാൽ എത്ര നന്നായിരിക്കും.?"

"എനിക്കും അണ്ണന്റെ കൂടെ വരാൻ വലിയ ആശയുണ്ട്. പക്ഷേ എനിക്ക് നീന്താൻ അറിയത്തില്ലല്ലൊ അണ്ണാ."

"അതിന് നീ വിഷമിക്കേണ്ട. നീ വരുമെങ്കിൽ ഞാൻ നിന്നെ കൊണ്ടുപോകാം. നീ എന്റെ പുറത്ത് ഇരുന്നാൽ മാത്രം മതി. നീന്തണ്ട എന്നുമാത്രമല്ല, നിന്റെ ദേഹത്ത് വെള്ളം തൊടാതെ ഞാൻ എന്റെ വീട്ടിൽ എത്തിക്കും. അതുപോരേ?"

"ഓ. അങ്ങനെയെങ്കിൽ ശരി."

അവർ പരസ്പരം പറഞ്ഞുറപ്പിച്ചതുപോലെ അടുത്തദിവസം രാവിലെ കുരങ്ങൻ മരത്തിൽ നിന്നും മുതലയുടെ മുകളിൽ ചാടിയിറങ്ങി. കരുങ്ങനെ മുതുകിൽ ഇരുത്തി മുതല യാത്രതിരിച്ചു.

ചുറ്റുമുള്ള സുന്ദരങ്ങളായ പൂത്തുനിൽക്കുന്ന മരങ്ങളും ചെടികളും എല്ലാം നോക്കിയിരുന്ന കുരങ്ങൻ സമയം പോയത് അറിഞ്ഞില്ല. നേരം വൈകാറായപ്പോൾ മുതല പറഞ്ഞു.

"തമ്പീ, നമ്മുടെ യാത്ര ഏതാണ്ട് പകുതി വഴിയായി."

"ഓ. അത്രയേ ആയുള്ളോ. അപ്പോൾ നമ്മൾ ചേട്ടന്റെ വീട്ടിലെത്തുമ്പോൾ രാത്രി ആകുമല്ലോ."

"ശരിയാ. പക്ഷേ ഞാനിപ്പോഴാണ് ഒരു കാര്യം ഓർത്തത്. രാവിലെ വീട്ടിൽ നിന്ന് തിരിക്കുമ്പോൾ മാത്രമാ ഞാനാ വിവരം അറിഞ്ഞത്. ഞങ്ങടെ നാട്ടിലെ സുൽത്താന് സുഖക്കേട് കൂടുതലാണ്. നല്ല മനുഷ്യനാ. അദ്ദേഹത്തിന് ഇങ്ങനെ ഒരു സുഖക്കേട് വരേണ്ടായിരുന്നു."

"എന്താ അണ്ണാ. എന്തു സുഖക്കേടാ?"

"സുഖക്കേട് എന്താണെന്നൊന്നും എനിക്ക് ശരിക്കറിഞ്ഞുകൂടാ. പക്ഷേ സുഖക്കേട് ഭേദപ്പെടുത്താൻ ഒരേഒരു ഔഷധം മാത്രമാണ് ഉള്ളത് എന്നാണ് കേട്ടത്. അതാ വലിയ കഷ്ടം." മുതല തുടർന്നു.

"അത് ഞാനെങ്ങനെ നിന്നോട് പറയും. അതുകേട്ടാൽ നിനക്കും വിഷമമാകും."

"സാരമില്ലണ്ണാ. പറയൂ. എന്തെങ്കിലും മാർഗം ഉണ്ടോയെന്ന് ഞാനും ആലോചിക്കാം."

"സുൽത്താന്റെ അസുഖം മാറണമെങ്കിൽ കുരങ്ങിന്റെ ഹൃദയംകൊണ്ട് ഉണ്ടാക്കിയ സൂപ്പ് കഴിക്കണം പോലും."

കുരങ്ങന് ആ വാർത്ത് തികച്ചും വിചിത്രമായി തോന്നി. അതിൽ എന്തോ പന്തികേട് ഉണ്ടെന്നും തോന്നി. അല്പനേരം ആലോചിച്ചതിന് ശേഷം കുരങ്ങ് പറഞ്ഞു.

"ഇത്രയേയുള്ളോ അണ്ണാ. അണ്ണന്റെ സുൽത്താനുവേണ്ടി ഒരു കുരങ്ങിന്റെ ഹൃദയം വേണം. അത്രയല്ലേയുള്ളൂ. നിസ്സാരകാര്യം നമ്മൾ യാത്രതിരിക്കുന്നതിന് മുൻപ് അണ്ണൻ ഈ വിവരം എന്നോട് പറഞ്ഞിരുന്നെങ്കിൽ എത്ര നിസ്സാരമായി കാര്യം സാധിക്കാമായിരുന്നു

"എങ്ങനെ?"

"എനിക്കുമുണ്ടണ്ണാ ഒരു ഹൃദയം. പക്ഷേ ഒരേ ഒരു വിഷമം. ഞാൻ ദൂരെ യാത്രയ്ക്ക് പോകുമ്പോൾ അത് വീട്ടിൽ ഭദ്രമായി സൂക്ഷിച്ച് വെയ്ക്കുകയാണ് പതിവ്. ഇന്നും പതിവ് തെറ്റിച്ചില്ല. വീട്ടിൽ ഭദ്രമായി സൂക്ഷിച്ചുവെച്ചിട്ടാണ് പോന്നത്." അല്പ നിമിഷങ്ങൾക്ക് ശേഷം കുരങ്ങൻ

വീണ്ടും പറഞ്ഞു.

"അല്പം താമസിച്ചുപോയി. എന്നാലും അണ്ണന് വിരോധമില്ലെങ്കിൽ നമുക്ക് തിരികെ പോയി എന്റെ ഹൃദയവും എടുത്ത് മടങ്ങി വരാം."

"ശരി തമ്പീ, അങ്ങനെയാകട്ടെ."

മുതല തിരികെ കുരങ്ങന്റെ താമസസ്ഥലത്തേക്ക് യാത്ര തരിച്ചു. നിർദ്ദിഷ്ടസ്ഥാനത്ത് എത്തിയതും ഒറ്റച്ചാട്ടത്തിന് കുരങ്ങ് മരക്കൊമ്പിൽ ചാടിക്കയറി.

"അണ്ണാ. എനിക്ക് നല്ല വിശപ്പുണ്ട്. അതുകൊണ്ട് ഞാനാദ്യം ആഹാരം കഴിക്കട്ടെ. അതുകഴിഞ്ഞാകാം ഹൃദയം എടുക്കാൻ വീട്ടിലേക്കുള്ള യാത്ര."

സമയം കടന്നുപോയി. കുരങ്ങൻ തിരികെ വരുന്ന ലക്ഷണമൊന്നും കാണാത്തതുകൊണ്ട് മുതല ശബ്ദമെടുത്ത് വിളിച്ചു.

"തമ്പീ, വേഗം വാ. നമുക്ക് എത്രയും വേഗം പോയി സുൽത്താന് നിന്റെ ഹൃദയം കൊടുക്കണ്ടേ. അല്ലെങ്കിൽ ആ പാവം ചത്തുപോയാലോ."

അതുകേട്ട കുരങ്ങ് ചിരിച്ചുകൊണ്ട് പറഞ്ഞു.

"അണ്ണാ. അണ്ണനെന്താ ഭ്രാന്തുണ്ടോ? ആരെങ്കിലും അവനവന്റെ ഹൃദയമെടുത്ത് പെട്ടീൽ വെയ്ക്കുമോ?"

മുതലക്ക് അല്പം ദേഷ്യം വന്നു. മുതല വിളിച്ചുപറഞ്ഞു.

"എടാ, തമ്പീ, നീയെന്നെ മണ്ടനാക്കണ്ടാ. വേഗം വാ. പോകാൻ താമസിക്കുന്നു."

"അണ്ണാ. അണ്ണൻ സാധാരണ മണ്ടനൊന്നുമല്ല. അണ്ണൻ ഒരു കഴുതമണ്ടനോ, മണ്ടൻ രാജാവോ ഒക്കെയാ. അണ്ണൻ അലക്കുകാരന്റെ കഴുതയെക്കുറിച്ച് കേട്ടിട്ടില്ലേ? കേട്ടിട്ടില്ലെങ്കിൽ ക്ഷമയോടെ കാത്തിരിക്കാമെങ്കിൽ ഞാൻ ആ കഴുതയുടെ കഥ അണ്ണന് പറഞ്ഞു തരാം."

"ശരി. നീയോ, വേഗം വരുന്ന ലക്ഷണമില്ല. അതുകൊണ്ട് നീ ആ കഥ പറയ്. ഞാൻ കേൾക്കാം."

"ശരി. അണ്ണൻ ക്ഷമയോടെ കേൾക്ക്. ഞാൻ പറയാം."

കുരങ്ങ് കഥപറയാൻ തുടങ്ങി. നിങ്ങൾക്കും ആ കഥ കേൾക്കേണ്ടേ.

കുരങ്ങൻ പറഞ്ഞകഥ

ഈ കഥയും പാഠഭേദങ്ങളോടെ മറ്റ് ശീർഷകങ്ങളിൽ നിങ്ങൾ കേട്ടുകാണും സംശയം ഇല്ല.

കുരങ്ങൻ കഥ പറയാൻ തുടങ്ങി. മുതല ശ്രദ്ധിച്ച് കേൾക്കാനും.

പണ്ട് പണ്ട് നഗരത്തിന് വെളിയിലുള്ള ഒരു ഒരു വലിയ വനത്തിൽ ഒരു സിംഹം താമസിച്ചിരുന്നു. സിംഹത്തിന് പ്രായമായതുകാരണം ഇരതേടി പോകാൻ ബുദ്ധിമുട്ടായി. പലപ്പോഴും പട്ടിണിയായിരുന്നു. സിംഹത്തിന് ഉറ്റ സുഹൃത്തായി ഒരു മുയൽ ഉണ്ടായിരുന്നു. സിംഹം പലപ്പോഴും പരാധീനതകൾ തന്റെ സുഹൃത്തിനോട് പറയുമായിരുന്നു. ചിലപ്പോഴൊക്കെ ഭക്ഷണകാര്യത്തിൽ മുയൽ സിംഹത്തെ സഹായിക്കുകയും ചെയ്യുമായിരുന്നു.

അന്നൊരുനാൾ അലഞ്ഞുതിരിഞ്ഞ് നടക്കുമ്പോൾ മുയൽ ഒരു കഴുതയെ കാണാനിടയായി. നല്ല തടിച്ച് കൊഴുത്ത ഒരു കഴുത. മുയൽ കഴുതയോട് ചങ്ങാത്തം കൂടി.

"കഴുതചേച്ചി നല്ല സുന്ദരിയായിട്ടുണ്ടല്ലോ." കഴുതക്ക് അതുകേട്ടപ്പോൾ വളരെ സന്തോഷം തോന്നി.

"അനിയൻ എങ്ങോട്ടാ?"

"ഓ. വെറുതെ" മുയൽ തുടർന്നു.

"ചേച്ചിയെ ഇതിനുമുമ്പ് ഞാനിവിടെ കണ്ടിട്ടില്ലല്ലോ?"

"അനിയൻ പറഞ്ഞത് ശരിയാ. ഞാനിവിടെ എത്തിയിട്ട് അധികനാളായില്ല. എന്നാലും പറയണമല്ലോ. ഈ വനത്തിലെ ജീവിതം നല്ല സുഖമാ, കേട്ടോ. പണ്ടത്തെപോലെ എല്ലുമുറിയുന്ന പണി ഇല്ലെന്ന് മാത്രമല്ല, തിന്നാൻ വേണ്ടത്ര നല്ല സ്വാദുള്ള പുല്ലും."

"ചേച്ചി ഇതിനുമുൻപ് എവിടാരുന്നു?"

"ഞാൻ ഒരു നശിച്ച അലക്കുകാരന്റെ കൂടെയായിരുന്നു.

അയാൾ മുതുകിൽ കെട്ടിവെയ്ക്കുന്ന അഴുക്കുതുണി മുഴുവൻ ചുമക്കണം വിഴപ്പ് കെട്ട് പോരാത്തതിന് അയാളും പുറത്തുകയറി ഒരിരുപ്പാ. ഏതായാലും കിട്ടിയ തക്കം നോക്കി ഞാനവിടെനിന്നും ഓടി രക്ഷപ്പെട്ടു. അങ്ങനെയാ ഞാനിവിടെ എത്തിയത്."

"ഏതായാലും നന്നായി ചേച്ചി. ഇപ്പോൾ ചേച്ചിയെ കണ്ടാൽ അന്നത്തെ ക്ഷീണമെല്ലാം മാറി നല്ലൊരു സുന്ദരിയായ ചുണക്കുട്ടി ആയിരിക്കുന്നു."

മുയൽ വീണ്ടും പറഞ്ഞു.

"ശരി. ചേച്ചി. എന്നാൽ ഞാൻ പോകട്ടെ. നമുക്ക് ഇനിയും കാണണം." മുയൽ കുറച്ച് മുന്നോട്ട് നടന്നു. അപ്പോഴാണ് തന്റെ കൂട്ടുകാരനായ സിംഹത്തേക്കുറിച്ച് ഓർത്തത്. മുയൽ തിരികെച്ചെന്ന് കഴുതയോട് പറഞ്ഞു.

"ങ്ങാ. ചേച്ചി. ഞാനൊരു കാര്യം ചേച്ചിയോട് പറയാൻ വിട്ടുപോയി. പറയണം എന്ന് മനസ്സിൽ തോന്നി. പക്ഷേ മറന്നുപോയി."

"എന്താ അനിയാ.?"

"ചേച്ചി ഇവിടെ ഒറ്റയ്ക്കാണല്ലോ എന്ന് വിചാരിച്ചു. അപ്പോൾ എന്റെ കൂട്ടുകാരൻ സിംഹത്തെക്കുറിച്ചും ഓർത്തു."

"ങ്ങും. സിംഹത്തിന് എന്തുപറ്റി?"

"ഓ. കാര്യം പറയുമ്പോൾ അങ്ങേർ ഇവിടുത്തെ രാജാവാ. എന്നാലും ഒറ്റക്കുള്ള താമസം അയാൾക്ക് മടുത്തു. എപ്പോഴും ഒറ്റക്കിരുന്ന് ആലോചനയാ. ഞാൻ പലപ്രാവശ്യം പറഞ്ഞതാ. ഒരു നല്ല കല്യാണമൊക്കെ കഴിച്ച് സന്തോഷമായിട്ട് ജീവിക്കാൻ. പറഞ്ഞിട്ടെന്താ കാര്യം?"

"അതെ, അനിയൻ പറഞ്ഞത് നല്ല കാര്യമല്ലേ."

"സുന്ദരിയായ, ഒറ്റക്ക് താമസിക്കുന്ന ചേച്ചിയെ കണ്ടപ്പോൾ എനിക്കൊരു ആശയം, അല്ല ആഗ്രഹം എന്നുതന്നെ പറയാം."

"ങ്ങും"

"എന്തുകൊണ്ട് എന്റെ കൂട്ടുകാരൻ സിംഹവും ചേച്ചിയും വിവാഹം കഴിച്ച് സന്തോഷത്തോടെ ഒന്നിച്ച് താമസിച്ചുകൂടാ. ചേച്ചിയെപ്പോലെ സുന്ദരിയായ ഭാര്യയെ കിട്ടിയാൽ ഏത് സിംഹത്തിനും ഇഷ്ടമാകും. എനിക്ക് ഉറപ്പാ."

അതുകേട്ട കഴുത അല്പം നാണത്തോടെ പറഞ്ഞു.

"പോ. അനിയാ."

"ചേച്ചിക്ക് സമ്മതാണോ?"

"അതിന് ഞാൻ മാത്രം സമ്മതിച്ചാൽ പോരല്ലൊ?"

മുയൽ അതുതന്നെ പറ്റിയ സന്ദർഭം എന്ന് മനസ്സിൽ കരുതി സിംഹത്തിന്റെ ഗുഹനോക്കി നടന്നു. അവിടെയെത്തിയ മുയൽ, അവശനായി കുത്തിയിരുന്ന സിംഹത്തിനോട് പറഞ്ഞു.

"ചേട്ടാ. ഞാൻ ചേട്ടനുവേണ്ടി ഒരു നല്ല കൊഴുത്തുതടിച്ച കഴുതയെ നോക്കി വച്ചിട്ടുണ്ട്. ചേട്ടൻ അങ്ങോട്ട് വരുന്നോ. അതോ ഞാനതിനെ ഇങ്ങോട്ട് കൊണ്ടുവരണോ?"

"അനിയാ. എനിക്ക് നടക്കാൻ തന്നെ ബുദ്ധിമുട്ടാ. നീ അതിനെ ഇങ്ങ് കൊണ്ടുവാ."

"ശരി. ഞാനതിനെ ഇവിടെ കൊണ്ടുവരാം. ചേട്ടന് അവളെ ഇഷ്ട മാണെന്നും, കല്യാണം കഴിക്കാൻ ആഗ്രഹിക്കുന്നു എന്നുമൊക്കെയാ പറഞ്ഞിരിക്കുന്നത്. അതുകൊണ്ട് അവളിവിടെ വന്നാലുടനെ ചേട്ടന്റെ മൂശേട്ടത്തരമൊന്നും കാണിക്കരുത്. അല്പം മയത്തിലൊക്കെ പെരുമാറണം. കേട്ടോ"

അത്രയും പറഞ്ഞ് മുയൽ വീണ്ടും കഴുതയുടെ അടുത്തേക്ക് യാത്ര തിരിച്ചു. കഴുതയെ കണ്ടതും മുയൽ സന്തോഷത്തോടെ പറഞ്ഞു.

"ചേച്ചി. കാര്യം സാധിച്ചു. അങ്ങേർക്ക് ചേച്ചിയെ നന്നായി ഇഷ്ട പ്പെട്ടു. കാലിൽ ഒരു ചുളുക്ക് പറ്റിയതുകൊണ്ട് എന്റെ കൂടെ വരാൻ ഒത്തില്ല. അല്ലെങ്കിൽ ഇപ്പോൾ ഇവിടെ എത്തിയേനേം."

കഴുതക്കും ആ വാർത്ത സന്തോഷമായി. അതിന്റെ നിൽപിലും ഭാവത്തിലും അതിന്റെ സന്താഷം പ്രകടമായിരുന്നു. മുയൽ തുടർന്നു.

"ചേച്ചിക്ക് വിരോധമില്ലെങ്കിൽ നമുക്ക് അങ്ങോട്ടൊന്ന് പോകാം. ഇന്നുതന്നെ വിവാഹം നടത്താനും പുള്ളിക്ക് താല്പര്യമാ."

"അനിയന് നിർബന്ധമാണെങ്കിൽ...." കഴുത നാണത്തോടെ പറഞ്ഞു.

അവർ രണ്ടുപേരും സിംഹത്തിന്റെ ഗുഹ ലക്ഷ്യമാക്കി നടന്നു. അവിടെ എത്തിയതും മുയൽ പറഞ്ഞു.

"സിംഹം ചേട്ടാ. എവിടെയാ. ദാ ഇങ്ങോട്ടൊന്ന് ഇറങ്ങിവാ. ആരാ വന്നിരിക്കുന്നതെന്ന് നോക്ക്."

സിംഹം മുടന്തി നടക്കുന്നതുപോലെ അല്പം പ്രയാസപ്പെട്ട് ഗുഹയുടെ മുന്നിൽ വന്നു. മുയൽ സിംഹത്തിനോട് പറഞ്ഞു.

"ചേട്ടാ. ദാ നോക്കിക്കോ. ചേച്ചിയെത്ര സുന്ദരിയാണെന്ന് നോക്ക്. എന്താ. ഇപ്പോ ബോധ്യമായോ, ഞാൻ പറഞ്ഞത് ശരിയാണെന്ന്?"

“ശരിയാ അനിയാ. ഇവൾ നീ പറഞ്ഞതുപോലെ തികച്ചും ഒരു സുന്ദരിതന്നെ.”

“അപ്പോൾ ഇനി നിങ്ങൾ രണ്ടുപേരും അല്പനേരം തനിയെ ഇരുന്ന് സംസാരിക്ക്. ഞാനൊരിടം വരെ പോയിട്ട് വേഗം തരികെവരാം. ഞാൻ വന്നിട്ട് മതി വിവാഹമൊക്കെ കേട്ടോ.”

മുയൽ അവിടെ നിന്നും നടന്ന് മറഞ്ഞതും സിംഹം കഴുതയേ ലക്ഷ്യമിട്ട് ചാടി വീണു. പ്രതീക്ഷിക്കാത്ത ആ ആക്രമണം ഭയന്ന് കഴുത പുറംകാലുകൊണ്ട് ആഞ്ഞ് തൊഴിച്ചു. പാവം സിംഹവും കഴുതയുടെ കൈയിൽ നിന്ന് അങ്ങനെ ഒരു തൊഴി പ്രതീക്ഷിച്ചില്ല. അതുകൊണ്ട് അത് നിലതെറ്റി താഴെ വീണു. ആ തക്കം നോക്കി കഴുത ഓടി സ്വന്തം സ്ഥലത്തേക്ക് മടങ്ങുകയും ചെയ്തു.

കുറച്ച് സമയം കഴിഞ്ഞ് അവിടെയെത്തിയ മുയലിനോട് സിംഹം വിഷണ്ണനായി നടന്നതൊക്കെ പറഞ്ഞു. അല്പം ആലോചിച്ചതിന് ശേഷം മുയൽ പറഞ്ഞു.

“ചേട്ടൻ വിഷമിക്കേണ്ട. ഞാൻ ആ മണ്ടിക്കഴുതയെ അധികം താമസിയാതെ ഇവിടെ എത്തിക്കും.”

മുയൽ സിംഹത്തിനോട് എന്തൊക്കെയോ രഹസ്യമായി ചെവിയിൽ പറയുകയും ചെയ്തു.

ഏതാണ്ട് ഒന്നോ രണ്ടോ ദിവസങ്ങൾ കഴിഞ്ഞ് ഒരു ദിവസം മുയൽ കഴുതയുടെ വാസസ്ഥലത്ത് എത്തി. പാത്തും പതുങ്ങിയും മുയൽ കഴുതയുടെ മുൻപിൽ പ്രത്യക്ഷപ്പെട്ടു.

“ഓ. താനായിരുന്നോ? എന്താ വിശേഷം” കഴുത അല്പം പരിഭവത്തിൽ ആയിരുന്നു. മുയൽ ഭവ്യതയോടെ പറഞ്ഞു.

“ക്ഷമിക്കണം ചേച്ചി. ഞാനും ചിലതെല്ലാം കേട്ടു. കേട്ടപ്പോൾ എനിക്കു വന്ന കോപം! ഞാൻ നേരെ അയാളുടെ അടുത്ത് പോയി പറയാവുന്നതൊക്കെ പറഞ്ഞു. കേട്ടോ.”

“ങ്ും.”

“എന്നാലും ചേച്ചി. അയാളൊരു പാവമാ. ഞാൻ ശകാരിച്ചതെല്ലാം മിണ്ടാതിരുന്ന് കേട്ടിട്ട് അയാൾ തെറ്റുപറ്റിപ്പോയി എന്നു പറഞ്ഞ് വിമ്മിപ്പൊട്ടി കരഞ്ഞു ചേച്ചി. അയാളെ ഒന്നാശ്വസിപ്പിക്കാൻ എത്ര പാടുപെട്ടെന്നോ.”

“പിന്നെന്തിനാ അയാൾ അങ്ങിനെ എന്നെ കടന്നാക്രമിച്ചത്? സത്യം പറയാമല്ലോ, ഞാനാകെ പേടിച്ചുപോയി.”

“ശരിയാണ് അയാൾ ചേച്ചിയെ പേടിപ്പിക്കാൻ പാടില്ലായിരുന്നു.

ചേച്ചിയെ കടന്നുപിടിച്ചത് ആ കവിളത്ത് ഒരു ഉമ്മവെയ്ക്കാനായിരുന്നു എന്നാ അയാള് പറയുന്നത്. ഇവറ്റക്കൊന്നിനും സ്ത്രീകളോട് പെരു മാറേണ്ടത് എങ്ങിനെയെന്ന് അറിയില്ല. എന്നാലും, കേട്ടോ ചേച്ചീ. ആളൊരു ശുദ്ധ പാവമാ."

"അങ്ങനെയൊ." കഴുത നാണിച്ച് തല താഴ്ത്തി നിന്നു.

"ചേച്ചീ, ചേച്ചിക്ക് വിരോധമില്ലെങ്കിൽ എന്റെ കൂടെ ഒന്നുകൂടി വാ. ആ സിംഹം ചേച്ചിയുടെ മുന്നിൽ വാലാട്ടി നിൽക്കും. എനിക്ക് ഒട്ടും സംശയമില്ല. ചേച്ചി അത്രയ്ക്കും സുന്ദരിയാ."

അല്പനേരത്തെ നിശ്ശബ്ദതക്ക് ശേഷം മുയൽ വീണ്ടും പറഞ്ഞു.

"അല്ലെങ്കിലും, ഒന്നുരണ്ട് ദിവസങ്ങൾ നിങ്ങൾ ഒരുമിച്ച് താമസിച്ചു കഴിയുമ്പോൾ നിങ്ങൾ തമ്മിലുള്ള ഈ നിസ്സാരപരിഭവങ്ങളെല്ലാം പമ്പകടക്കും അല്ലേ ചേച്ചി."

മുയൽ കഴുതയുടെ മുഖഭാവങ്ങൾ ശ്രദ്ധിക്കുകയായിരുന്നു.

"ചേച്ചിയെന്താ ഈ ആലോചിക്കുന്നത്. സമയം കളയാതെ ചേച്ചി എന്റെ കൂടെ വാ."

"അനിയൻ നിർബന്ധിച്ചാൽ പിന്നെ വരാതൊക്കുമോ."

കഴുത മുയലിനൊപ്പം യാത്ര തിരിച്ചു. ഗുഹാദ്വാരത്തിൽ കൂടി കഴുതയുടെ മണം പിടിച്ച സിംഹം തന്റെ ഗുഹയുടെ മുൻപിലുണ്ടാ യിരുന്ന ഒരു മരത്തിന്റെ പുറകിൽ മറഞ്ഞുനിന്നു. മുയലും കഴുതയും ഗുഹയുടെ മുന്നിൽ എത്തിയതും സിംഹം കഴുകയുടെ പാർശ്വഭാഗത്ത് ചാടി തന്റെ മുൻകാലുകൾ കൊണ്ട് കഴുതയെ അടിച്ച് വീഴ്ത്തി കൊന്നു. പിന്നീട് മുയലിനോട് പറഞ്ഞു.

"അനിയാ. കാര്യങ്ങൾ നമ്മൾ വിചാരിച്ചതുപോലെ നടന്നു. എന്നാലും ഇന്നെനിക്ക് എന്തുകൊണ്ടോ അധികം വിശപ്പ് തോന്നു ന്നില്ല. അതുകൊണ്ട് അനിയൻ ഈ ഇറച്ചിയെടുത്ത് നല്ലതു പോലെ ഒന്ന് പൊരിച്ചുവെയ്ക്ക്. എനിക്ക് അതിന്റെ ഹൃദയം മാത്രം മാറ്റിവെ ച്ചാൽ മതി. ബാക്കിയൊക്കെ അനിയനും കൂട്ടുകാരും കൂടി തിന്നോ. അനിയൻ ഇറച്ചി പൊരിക്കുന്ന സമയം കൊണ്ട് ഞാനൽപ്പം വെള്ളം കുടിച്ചിട്ട് വരാം. വല്ലാതെ ദാഹിക്കുന്നു."

വെള്ളം കുടിച്ചിട്ട് തിരികെ വന്ന സിംഹം മുയലും കൂട്ടുകാരും പൊരിച്ച കഴുതയിറച്ചി തിന്നുന്നത് കണ്ടു.

"അനിയാ. കഴുതയിറച്ചി എങ്ങിനെയുണ്ട്? നല്ല സ്വാദല്ലിയോ? ശരി. നീ എനിക്ക് മാറ്റിവെച്ച കഴുതയുടെ ഹൃദയം ഇങ്ങുതാ. ഞാനും ഒന്ന് തിന്നുനോക്കട്ടെ."

മുയൽ അല്പം പരിഭ്രമിച്ചമട്ടിൽ പറഞ്ഞു.

"സിംഹം ചേട്ടാ. എന്താണെന്നറിയത്തില്ല. ഈ കഴുതക്ക് ഹൃദയം ഇല്ലായിരുന്നു ചേട്ടാ. ഞാനീ മാംസം മുഴുവനും തിരിച്ചും മറിച്ചും നോക്കി. ഹൃദയം മാത്രം കണ്ടില്ല. ഇപ്പോ എന്തുചെയ്യും ചേട്ടാ. മറ്റേ മാംസം മുഴുവനും ചേട്ടൻ പറഞ്ഞതുപോലെ ഞങ്ങളെല്ലാം കൂടി തിന്ന് തീർക്കുകയും ചെയ്തു."

അത് കേട്ടപ്പോൾ സിംഹത്തിന് കോപം വന്നതിൽ അതിശയിക്കാൻ ഇല്ലല്ലൊ. സിംഹം അലറി.

"എന്ത്? ഹൃദയം ഇല്ലെന്നോ? നീ എന്നെ കളിപ്പിക്കുകയാ. എനിക്കറിയാം. ഹൃദയമില്ലാത്ത ഒരു ജന്തുവും ഇല്ലെന്ന് എല്ലാർക്കും അറിയാം."

മറുപടിയായി മുയൽ അല്പം പരിഹാസത്തോടെ പറഞ്ഞു.

"ചേട്ടാ. ചേട്ടനെന്തിനാ ഇങ്ങനെ കോപിക്കുന്നത്? ചേട്ടനൊന്നാലോചിച്ച് നോക്കരുതോ. ഹൃദയം ഉണ്ടായിരുന്നെങ്കിൽ ആദ്യത്തെ പ്രാവശ്യം ചേട്ടൻ കാണിച്ച കൊപ്രായങ്ങൾക്ക് ശേഷം രണ്ടാമതും ആ മണ്ടിക്കഴുത എന്റെ കൂടെ ചേട്ടന്റെ ഗുഹയിലേക്ക് വരുമായിരുന്നോ?"

വഞ്ചിക്കപ്പെട്ട സിംഹം നിസ്സഹായനായി മുരണ്ടു.

"ങ്ും. അതും ശരിയാ."

കുരങ്ങൻ കഥ പറഞ്ഞു തീർത്തിട്ട് മുതലയോട് ചോദിച്ചു.

"മുതലയണ്ണാ, അണ്ണൻ ഉറക്കമായി അല്ലേ?"

"ഇല്ലനിയാ. ഞാൻ കഥ മുഴുവൻ ശ്രദ്ധിച്ച് കേൾക്കുകയായിരുന്നു."

"ഈ കഥ കേട്ടിട്ട് അണ്ണന് എന്തു തോന്നുന്നു. രണ്ടാമതൊരു പ്രാവശ്യം കൂടി അണ്ണന്റെ കൂടെ വരാൻ ഞാൻ അലക്കുകാരന്റെ ഹൃദയമില്ലാത്ത കഴുതയാണെന്ന് അണ്ണന് തോന്നുന്നുണ്ടോ അണ്ണാ."

മുതല മറുപടി ഒന്നും പറയാതെ, ഒട്ടും ശബ്ദമുണ്ടാക്കാതെ ദൂരെയെവിടേക്കോ ഊളിയിട്ട് പോയി എന്നുമാത്രം അറിയാം.

* ഈ കഥയിൽ നാം സാധാരണയായി മനസ്സിന് അല്ലെങ്കിൽ തലച്ചോറിന് നൽകുന്ന സ്ഥാനമാണ് ഹൃദയത്തിന് നൽകിയിരിക്കുന്നത്.

എന്തുകൊണ്ട് പൂച്ച എലികളെ കൊല്ലുന്നു.

എല്ലാ പൂച്ചകളും എലികളെ പിടിച്ച് തിന്നും. ഇത് നമുക്കെല്ലാം അറിയാവുന്ന കാര്യമാണ്. ആരെങ്കിലും രണ്ടുപേർ ബദ്ധശത്രുക്കളാണെങ്കിൽ നാം അവരെ എലിയും പൂച്ചയും പോലെയുള്ള ശത്രുക്കൾ എന്നും പറയാറുണ്ടല്ലോ. പക്ഷേ എന്തുകൊണ്ട് എലിയും പൂച്ചയും ശത്രുക്കളായി എന്ന് നിങ്ങൾക്ക് അറിയാമോ? ഇല്ലെങ്കിൽ നൈജീരിയയിൽ പ്രചാരത്തിലുള്ള ഈ കഥ വായിക്കുക. എല്ലാം മനസ്സിലാകും.

നൈജീരിയയിലുള്ള കലാബർ എന്ന സ്ഥലത്ത് വളരെ നാളുകൾ രാജാവായിരുന്നു അൻസ. അദ്ദേഹത്തിന്റെ വീട് സൂക്ഷിപ്പുകാരൻ വളരെ വിശ്വസ്തനായ ഒരു പൂച്ചയായിരുന്നു. പൂച്ചക്ക് സഹായത്തിനായി ഒരെലിയേയും അദ്ദേഹം നിയമിച്ചിരുന്നു. അവർ രണ്ടുപേരും വളരെ നാളുകൾ വിശ്വസ്തതയോടും കൃത്യതയോടും ജോലികൾ ചെയ്തിരുന്നു. രാജാവിന് അവരെ രണ്ടുപേരെയും ഇഷ്ടവും ആയിരുന്നു. പ്രത്യേകിച്ചും പൂച്ചയെ.

എലി അധികം സമ്പാദ്യങ്ങളൊന്നും ഇല്ലാത്ത ഒരു പാവമായിരുന്നു. അവൻ രാജാവിന്റെ അടുക്കളപ്പണിക്കാരിൽ ചെറുപ്പക്കാരിയായ ഒരു പെൺകുട്ടിയോട് സ്നേഹത്തിലായി. പക്ഷേ സ്നേഹിതയ്ക്ക് ഒരു ചെറിയ സമ്മാനം പോലും നൽകാൻ പാവം എലിക്ക് കഴിയുമായിരുന്നില്ല. അതിൽ അവന് വളരെ മനഃപ്രയാസവും ഉണ്ടായിരുന്നു. കൂടാതെ, ചിലപ്പോളൊക്കെ അവൾ ചോദിക്കുമായിരുന്നു.

“ഹൊ. എന്നോട് സ്നേഹമാന്നൊക്കെ പറഞ്ഞിട്ട് നിങ്ങളെനിക്ക് ഒരു സമ്മാനം പോലും വാങ്ങിത്തരാത്തതെന്തേ?”

“സമയം വരട്ടെ.” എലി മറുപടി പറയും. അങ്ങനെ ആലോചിച്ചിരുന്ന സമയത്ത് അവന് ഒരു ബുദ്ധിതോന്നി.

‘രാജാവിന്റെ സൂക്ഷിപ്പ് മുറിയിൽ ഒരുപാട് സാധനങ്ങൾ

ഉണ്ടല്ലോ. അതിൽ നിന്ന് ഒന്നോ രണ്ടോ സാധനങ്ങൾ എടുത്താൽ ആരും അറിയാൻ സാധ്യതയില്ല; ഉദാഹരണത്തിന് കൂടക്കണക്കിന് ഇരിക്കുന്ന ആപ്പിളിൽ നിന്ന് ഒരാപ്പിൾ എടുത്താൽ, അവൻ ആലോചിച്ചു.

തന്റേത് ചെറിയ ശരീരമായതുകൊണ്ട് കൂരയിലൊ ഭിത്തിയിലൊ എവിടെയെങ്കിലും ഒരു ചെറിയ ദ്വാരം ഉണ്ടാക്കിയാൽ സൂക്ഷിപ്പുമുറിയിൽ നിഷ്പ്രയാസം കയറാം. അത് അത്ര ബുദ്ധിമുട്ടുള്ള കാര്യവും അല്ല. അവൻ അങ്ങിനെ ചെയ്യാൻ തീരുമാനിച്ചു.

ഒരു ദിവസം ആരുടേയും കണ്ണിൽപെടാതെ ഇരുട്ടിയ രാത്രിയിൽ കൂരയുടെ ഒരു കോണിൽ ഓട്ടയുണ്ടാക്കി അവൻ സൂക്ഷിപ്പുമുറിയിൽ കയറി. രണ്ട് ആപ്പിളും ഒരു പീച്ച് പഴവും എടുത്തുകൊണ്ട് ആരും കാണാതെ മടങ്ങി.

സന്തോഷത്തോടെ ആ പഴങ്ങൾ അവൻ സ്നേഹിതക്ക് സമ്മാനിച്ചു. അവൾക്ക് ആ പഴങ്ങൾ വളരെ ഇഷ്ടപ്പെട്ടു.

അടുത്തദിവസം വൈകിട്ട് അവനെ കണ്ടപ്പോൾ അവൾ ചോദിച്ചു.

"ഇന്ന് സമ്മാനമൊന്നും ഇല്ലേ?"

"ങ്ും കുറച്ചു കഴിയട്ടെ."

അതിനടുത്ത ദിവസവും അവൾ ചോദിച്ചു.

"ഇന്നെന്താ സമ്മാനം?"

"വരും."

അങ്ങിനെ അവൻ സൂക്ഷിപ്പുമുറിയിൽ കയറുന്നതും സ്നേഹിതക്ക് സമ്മാനം നൽകുന്നതും നിത്യേനയുള്ള ഒരു പതിവായി.

പക്ഷേ മാസാവസാനം രാജാവിനെ കണക്കുകൾ കൃത്യമായി ബോധ്യപ്പെടുത്തേണ്ടത് പൂച്ചയുടെ ജോലിയായിരുന്നു. ആ മാസാവസാനം കണക്കെടുത്തപ്പോൾ പതിവില്ലാത്തവിധം പലവിഭവശേഖരങ്ങളിലും സാരമായ കുറവ് കണ്ടുപിടിക്കപ്പെട്ടു. അതെങ്ങിനെ സംഭവിച്ചു എന്ന രാജാവിന്റെ ചോദ്യത്തിന് പൂച്ചക്ക് വ്യക്തമായ മറുപടി ഇല്ലായിരുന്നു. രാജാവ് കോപിച്ച് പൂച്ചയേ ശകാരിച്ചു.

ശകാരം കേട്ട് വിഷണ്ണനും ദുഃഖിതനും ആയി ഇരുന്ന പൂച്ചയോട് വീട്ടുവേലക്കാരിയായിരുന്ന മറ്റൊരു പെൺകുട്ടി എലി അവന്റെ കാമുകിക്ക് ദിവസവും സമ്മാനങ്ങൾ നൽകിയിരുന്ന വിവരം പറഞ്ഞു.

"ഓ. അപ്പോൾ അങ്ങനെയാണ് കാര്യങ്ങൾ." പൂച്ച പറഞ്ഞു.

പൂച്ച അറിഞ്ഞ വിവരങ്ങൾ വിശദമായി അൻസ രാജാവിനോട് ബോധിപ്പിച്ചു. രാജാവ് ഉടനേ തന്നെ നടത്തിയ അന്വേഷണത്തിൽ

എല്ലാവരും സത്യം ഏറ്റുപറഞ്ഞു.

എലിയുടെ സ്നേഹിതയായ വേലക്കാരിക്ക് തക്കശിക്ഷ നൽകി. അവളെ ജോലിയിൽ നിന്നും പിരിച്ചുവിട്ടു. കൂടാതെ എലിയെ പിടിച്ച് പൂച്ചയുടെ കൈയിൽ കൊടുത്തിട്ട് അൻസ രാജാവ് പറഞ്ഞു.

"ഇവനെ ശിക്ഷിക്കുന്ന ചുമതല നിനക്ക് നൽകുന്നു. എങ്ങനെ വേണമെങ്കിലും ശിക്ഷിച്ചോ." രാജാവ് തുടർന്ന് പറഞ്ഞു.

"ഏതായാലും ഇനി മുതൽ നിങ്ങൾക്ക് രണ്ടുപേർക്കും ഇവിടെ ജോലിയില്ല. എവിടെ വേണമെങ്കിലും പെയ്ക്കോ." അങ്ങനെ എലിയെ തൂക്കിയെടുത്തുകൊണ്ട് കൊട്ടാരത്തിൽ നിന്ന് പുറത്തുവന്ന പൂച്ചക്ക് കോപം അടക്കാൻ കഴിഞ്ഞില്ല.

പൂച്ച എലിയെ കൊന്നുതിന്നു.

അന്നുമുതൽ പൂച്ചയും എലിയും ബദ്ധ ശത്രുക്കളായി. എവിടെ എലിയെ കണ്ടാലും പിടിച്ച് തിന്നുന്നത് പൂച്ചയുടെ സ്വഭാവമായി ത്തീർന്നു.

ആദ്യത്തെ വൃദ്ധസദനം

ദക്ഷിണാഫ്രിക്കയിൽ പ്രചാരത്തിലുള്ള ഈ കഥയ്ക്ക് സമാനങ്ങളായ കഥകൾ മറ്റ് ഭാഷകളിലും നാട്ടുകളിലും ഉണ്ടെങ്കിലും, ഓരോ നാട്ടുകളിലും പ്രചാരത്തിലുള്ള പാഠഭേദങ്ങൾക്ക് ചില പ്രത്യേകതകളും ഉണ്ടായിരിക്കും. ഈ കഥയും അങ്ങനെതന്നെ.

മനുഷ്യൻ പലപ്പോഴും ഒരു നന്ദിയില്ലാത്ത മൃഗമായിട്ടാണ് പല നാടോടിക്കഥകളിലും ചിത്രീകരിക്കപ്പെട്ടിട്ടുള്ളത്. ഈ കഥയിലും അങ്ങനെതന്നെ.

വിശ്വസ്തനായി ഒരു മനുഷ്യനെ ജീവിതകാലം മുഴുവനും സേവിച്ച ഒരു നായയിൽനിന്ന് ഈ കഥ ആരംഭിക്കുന്നു. നായക്ക് വയസ്സായപ്പോൾ മുൻപത്തെപോലെ കാവൽ ജോലികൾ ചെയ്യാൻ ബുദ്ധിമുട്ടായി. അവന്റെ അവശനില മനസ്സിലാക്കിയ യജമാനൻ, അവനേക്കൊണ്ട് അതിനങ്ങോട്ട് വലിയ പ്രയോജനമില്ലെന്ന് കരുതി. അതുകൊണ്ടുതന്നെ അവനെ കൊന്നുകളഞ്ഞാലെന്തെന്ന് ആലോചിക്കുവാനും തുടങ്ങി. വിവരങ്ങൾ നായക്ക് മനസ്സിലായി. പക്ഷേ, അതിന് അത്രവേഗം മരിക്കാൻ ഇഷ്ടമായിരുന്നില്ല. അതുകൊണ്ട് ഒരു ദിവസം രാത്രിയിൽ യജമാനൻ അറിയാതെ അവൻ വീടുവിട്ടു. കഴിയുന്നത്ര വേഗത്തിൽ ഓടി നേരം വെളുത്തപ്പോഴേക്കും യജമാനന്റെ വീട്ടിൽ നിന്നും വളരെ ദൂരം എത്തിയ അവൻ പിന്നീട് അല്പം സാവധാനത്തിൽ നടക്കാൻ തുടങ്ങി.

അങ്ങനെ നടക്കുമ്പോൾ വഴിയരികിൽ ഒരു പ്രായമായ കാള നിൽക്കുന്നത് കണ്ടു. നായ കാളയുടെ സമീപം ചെന്ന് കുശലം അന്വേഷിച്ചു.

“നമസ്തേ.”

“നമസ്തേ. രാവിലെതന്നെ എങ്ങോട്ടാ യാത്ര?”

നായ വിവരങ്ങളെല്ലാം കാളയോട് പറഞ്ഞു. കാളയും തന്റെ

ശോചനീയമായ ജീവിതത്തെക്കുറിച്ചും അല്പംപോലും ദാക്ഷണ്യമോ ദീനാനുകമ്പയോ ഇല്ലാത്ത യജമാനന്റെ പെരുമാറ്റത്തെക്കുറിച്ചും വിവരിച്ചു.

"എന്താ. എന്റെ കൂടെ വരുന്നോ?" നായ ചോദിച്ചു.

"എങ്ങോട്ട്?"

"എങ്ങോട്ടെങ്കിലും. വൃദ്ധന്മാർക്ക് ജീവിക്കാൻ സൗകര്യമുള്ള ഏതെങ്കിലും ഒരു സ്ഥലം കണ്ടുപിടിക്കണം."

"ശരി. അങ്ങനെയാകട്ടെ. ഞാനും നിന്റെ കൂടെ വരാം."

അങ്ങനെ അവർ രണ്ടുപേരും യാത്ര തുടർന്നു. കുറച്ചു ദൂരം മുൻപോട്ട് പോയപ്പോൾ വഴിയരികിൽ വൃദ്ധനായ ഒരു മുട്ടാടിനെ കണ്ടു. രണ്ടുപേരും മുട്ടാടിനോട് കുശലം പറഞ്ഞു.

"നമസ്തേ."

"നമസ്തേ."

പിന്നീട് നായ വിവരങ്ങളെല്ലാം മുട്ടാടിനോട് വിശദമായി പറഞ്ഞു. എല്ലാം കേട്ട ആട് പറഞ്ഞു.

"സ്നേഹിതന്മാരെ. എന്റെ സ്ഥിതിയും വ്യത്യസ്ഥമല്ല. ഞാനിവിടെ നിന്നാൽ എന്റെ യജമാനൻ എന്നാ എന്നെ ഇറച്ചിവെട്ടുകാരന് വിൽക്കുക എന്ന് പറയാൻ കഴിയുകയില്ല."

അല്പം ആലോചിച്ചതിനു ശേഷം ആട് വീണ്ടും പറഞ്ഞു.

"കൂട്ടുകാരെ. ഇനി ഞാനും നിങ്ങളുടെ കൂടെത്തന്നെ ഉണ്ടാകും. എന്താ നിങ്ങൾക്ക് എതിർപ്പൊന്നും ഇല്ലല്ലൊ.?"

"എതിർപ്പോ. എന്തിന്? മറിച്ച് നീയും കൂടി ഞങ്ങളോടൊപ്പം വന്നാൽ സന്തോഷമേയുള്ളു." അവർ രണ്ടുപേരും ഒന്നിച്ച് പറഞ്ഞു.

അവർ മൂന്നുപേരും യാത്ര തുടർന്നു. വഴിയിൽ അവരുടെ സ്നേഹിതന്മാരായി മറ്റ് നാലു പേർകൂടി അവരോടൊപ്പം ചേർന്നു. ആരൊക്കെയാണെന്നല്ലേ?

പ്രായം ചെന്ന ഒരു കഴുത; ഒരു പൂച്ച; ഒരു പൂവൻ കോഴി; പിന്നെ ഒരു കീരിയും അങ്ങനെ അവർ ഒരേഴംഗ സംഘമായി.

നേരം ഇരുട്ടാൻ തുടങ്ങി. അന്ന് മുഴുവൻ ഭക്ഷണമൊന്നും കഴിക്കാൻ തരപ്പെടാതിരുന്നതുകൊണ്ട് എല്ലാവർക്കും നല്ല വിശപ്പും ഉണ്ടായിരുന്നു.

ഒരു സാമാന്യം വലിയ കെട്ടിടത്തിന്റെ മുൻപിൽ എത്തിയ അവർ ആലോചിച്ചു.

'എന്തുകൊണ്ട് ആ കെട്ടിടത്തിൽ ചെന്ന് ഒരല്പം ഭക്ഷണം ചോദിച്ച് വാങ്ങിക്കൂടാ? എല്ലാവരും അങ്ങനെ അവരവരുടെ മനസ്സിൽ വിചാരിച്ചെങ്കിലും ആദ്യം ആ ആശയം ഉറക്കെപറഞ്ഞത് കാളയായിരുന്നു. മറ്റ് സ്നേഹിതരെല്ലാം ആ അഭിപ്രായത്തോട് യോജിക്കുകയും ചെയ്തു.

ആ വീടിന്റെ മുൻഗേയിറ്റ് അടച്ചിരുന്നില്ല. അവർ ഗേയിറ്റിൽക്കൂടി ശബ്ദമുണ്ടാക്കാതെ വീടിന്റെ മുൻവശത്ത് എത്തി. കതക് അടച്ചിരുന്നു എങ്കിലും അടുത്തുണ്ടായിരുന്ന തുറന്ന ജന്നാലയിൽ കൂടി അകത്ത് ആളുകൾ ഭക്ഷണം കഴിച്ചുകൊണ്ടിരിക്കുന്നത് കാണാമായിരുന്നു. അവരുടെ സംഭാഷണം കേൾക്കാനും കഴിയുമായിരുന്നു. ആ സംഭാഷണം അല്പനേരം കേട്ടതിനുശേഷം നായ പറഞ്ഞു.

"കൂട്ടുകാരേ, അകത്തുള്ളവർ വീട്ടുടമസ്ഥരല്ല. മറിച്ച് കള്ളന്മാരാണ്. അതുകൊണ്ട് അവരെ വിരട്ടി ഓടിച്ചിട്ട് ഭക്ഷണം കരസ്ഥമാക്കാൻ ഒരു വഴി ആലോചിക്കണം."

അല്പനേരത്തെ കൂടിയാലോചനയ്ക്കു ശേഷം അവർ ഒരു പദ്ധതി ആവിഷ്കരിച്ചു. വീടിന്റെ മുൻകതകിനെ അഭിമുഖീകരിച്ച് കാള നിന്നു. കാളയുടെ പുറത്ത് കഴുത. കഴുതയുടെ പുറത്ത് മുട്ടാട്. ആടിന്റെ പുറത്ത് നായ, നായയുടെ പുറത്ത് കണ്ടൻ പൂച്ച. പൂച്ചയുടെ പുറത്ത് കീരി. കീരിയുടെ പുറത്ത് കോഴി. അങ്ങിനെ അവർ ഒരു പിരമിഡുപോലെ നിന്നു. നിങ്ങൾ മനസ്സിൽ ഒന്ന് സങ്കല്പിച്ച് നോക്കൂ. ആ പിരമിഡ് എങ്ങനെ ഉണ്ടായിരുന്നിരിക്കും എന്ന്. അങ്ങനെ നിന്ന അവർ, ഒരേ സമയത്ത് അവരുടെ തനതായ ശബ്ദത്തിൽ, കഴിയുന്നത്ര ഉച്ചത്തിൽ അലറാൻ തുടങ്ങി. ആ രംഗവും, ഭയാനകമായ ആ ശബ്ദവും കോലാഹലവും നിങ്ങൾ ഒന്ന് വിഭാവനം ചെയ്തു നോക്കൂ. എങ്ങനെ ഉണ്ടാകും? അതുതന്നെയാണ് അവിടെയും സംഭവിച്ചത്.

ശബ്ദം കേട്ട് കള്ളന്മാർ വാതിലുതുറന്ന് നോക്കിയപ്പോൾ കണ്ട കാഴ്ച അവരെ തികച്ചും ഭയത്തിൽ ആഴ്ത്തി. അങ്ങനെ ഒരു ജന്തുവിനെ അവരാരും അതിനുമുൻപ് കണ്ടിട്ടില്ല. ആ വിചിത്ര ജന്തുവിനെ കണ്ട്, അതിന്റെ ഘോരമായ ശബ്ദം കേട്ട് ഭയന്ന് വിറങ്ങലിച്ചു പോയ അവർ പിൻവാതിലിൽ കൂടി ജീവനും കൊണ്ട് ഓടി രക്ഷപ്പെട്ടു. നമ്മുടെ വീരനായകന്മാർ എല്ലാവരും ചേർന്ന് അവിടെയുണ്ടായിരുന്ന ഭക്ഷണം വീതിച്ച് വേണ്ടത്ര കഴിച്ചു. ധാരാളം ഭക്ഷണം മിച്ചമുണ്ടായിരുന്നു. അത് എന്തുചെയ്യണമെന്ന് അവർ ആലോചിച്ചു. അപ്പോൾ കഴുതയാണ് ആ അഭിപ്രായം പ്രകടിപ്പിച്ചത്.

"നമുക്ക് താമസിക്കാൻ ഒരിടം ഇല്ലാത്ത സ്ഥിതിക്ക് നാം എന്തുകൊണ്ട് മറ്റ് പ്രശ്നങ്ങളൊന്നുമില്ലെങ്കിൽ ഇവിടെ തുടർന്ന് താമസിച്ചുകൂടാ.?"

എല്ലാവർക്കും ആ അഭിപ്രായം സ്വീകാര്യമായിരുന്നു.

“അപ്പോൾ മിച്ചമുള്ള ഭക്ഷണവും ഇവിടെത്തന്നെ ഇരിക്കട്ടെ.” കീരി പറഞ്ഞു.

“അതും ശരിയാ.” എല്ലാവരും യോജിച്ചു. നായ കൂട്ടിച്ചേർത്തു.

“ശരിയാണ്. നമുക്ക് ഇവിടെ താമസിക്കാം. പക്ഷേ ഓരോരുത്തരും അവരവർക്ക് അറിയാവുന്ന രീതിയിൽ ഒരോ ജോലിയുടെ ചുമതല ഏറ്റെടുക്കണം.”

“സമ്മതം.” എല്ലാവരും ഒരേ സമയം പറഞ്ഞു.

“എനിക്ക് വീട് കാവലാണ് ഏറ്റവും ഇഷ്ടപ്പെട്ട ജോലി. അതുകൊണ്ട് ഞാനീ വരാന്തയിൽ കിടന്നുകൊള്ളാം.” അത്രയും പറഞ്ഞ് നായ വരാന്തയിലേക്ക് പോയി.

“ഞാൻ ഈ വാതിലിന്റെ പുറകിൽ കിടന്നുകൊള്ളാം.” കാള പറഞ്ഞു.

അങ്ങനെ ഓരോരുത്തരായി ഓരോ ചുമതല ഏറ്റെടുത്ത് അവർ ഉറങ്ങാൻ പോയി. കുറേ ഇരുട്ടിക്കഴിഞ്ഞപ്പോൾ കള്ളന്മാരുടെ തലവൻ പറഞ്ഞു.

“ആ ഭൂതത്തിന്റെ ശബ്ദമൊന്നും കേൾക്കുന്നില്ലല്ലോ. അതിന് എന്തായി എന്നൊന്ന് കണ്ടുപിടിക്കാം.”

കൂട്ടത്തിൽ ഒരാളെ വിട്ടിലെ വിശേഷം അറിഞ്ഞ് വരാനായി അയച്ചു. അയാൾ അശേഷം ശബ്ദമുണ്ടാക്കാതെ വീട്ടിനുള്ളിൽ പ്രവേശിക്കാൻ ശ്രമിച്ചു. വീടിനകം തികച്ചും നിശ്ശബ്ദമായിരുന്നു. എല്ലാം ശാന്തവും ആയിരുന്നു. അതുകൊണ്ട് അയാൾ അല്പം ധൈര്യത്തോടെതന്നെ മുൻ വാതിൽ പതിയെ തള്ളിത്തുറന്നു. ഒട്ടും താമസിച്ചില്ല. നായ പുറകിൽനിന്ന് അയാളുടെ ഇടതുകാലിൽ ഒരു കടി കൊടുത്തു. പെട്ടെന്ന് ഉണ്ടായ ആക്രമണം എവിടെ നിന്നെന്നോ എങ്ങിനെയെന്നോ അറിയാത്തതുകാരണം അയാൾ പരിഭ്രാന്തനായി ഉച്ചത്തിൽ കരഞ്ഞുകൊണ്ട് തുറന്ന വാതിലിൽക്കൂടി അകത്തേയ്ക്ക് ചാടിക്കയറി. ശബ്ദം കേട്ട കാള കരുതലോടെ നിൽക്കുകയായിരുന്നു. കാള അയാളുടെ പുറകിൽ നിന്ന് ആഞ്ഞു കുത്തി. കാളയുടെ കുത്ത് കൊണ്ട അയാൾ മുറിയിൽ കമഴ്ന്നടിച്ച് വീണു. കഴുതയുടെ പിൻകാലുകൾ കൊണ്ടുള്ള തൊഴിയായിരുന്നു അയാൾക്ക് അടുത്തകിട്ടിയ സമ്മാനം. തുടർന്ന് ആടിന്റേയും പൂച്ചയുടേയും, കീരിയുടേയും കോഴിയുടേയും സമ്മാനങ്ങൾ. എല്ലാം ഒന്നിന് പുറകെ ഒന്നായി കിട്ടിയ അയാൾ ഉച്ചത്തിൽ കരഞ്ഞുകൊണ്ട് കഴിയുന്നത്ര വേഗത്തിൽ ഓടി. ഓട്ടത്തിനിടയിൽ തന്റെ കൂട്ടുകാരെ വിളിച്ച് പറഞ്ഞു.

“കൂട്ടരെ. ആ ഭൂതം അവിടെ തന്നെയുണ്ട്. ഓടിക്കോ. രക്ഷവേണമെങ്കിൽ ഓടിക്കോ.”

അവരെല്ലാം കഴിയുന്നത്ര വേഗത്തിൽ ഓടി രക്ഷപെട്ടു.

പിന്നീട് മറ്റ് ശല്യങ്ങളൊന്നും ഉണ്ടാകാതിരുന്നതുകൊണ്ട് നമ്മുടെ വയോധികരായ കഥനായകന്മാർ അവിടെതന്നെ തുടർന്ന് താമസിച്ചു. എത്രനാൾ അവരവിടെ താമസിച്ച എന്ന് നമുക്കറിഞ്ഞുകൂടാ. ദീർഘകാലം താമസിച്ചിരുന്നു എന്ന് നമുക്ക് വിശ്വസിക്കാം.

ആ കഥാനായകന്മാർ താമസിച്ചിരുന്ന ആ വീടിന് ഒരു പേര് നൽകണമെങ്കിൽ ഏതു പേരായിരിക്കും നിങ്ങൾ നൽകുക. ഒരു പക്ഷേ ആ വീടിന് ‘ആദ്യത്തെ വൃദ്ധസദനം’ എന്ന പേര് അന്വർത്ഥമായിരിക്കുമോ? നിങ്ങൾ തന്നെ ചിന്തിച്ച് തീർച്ചപ്പെടുത്തുക.

●

www.ingramcontent.com/pod-product-compliance
Lightning Source LLC
LaVergne TN
LVHW091224150826
845673LV00003B/1003

* 9 7 8 9 3 8 7 3 9 8 9 7 9 *